बंडखोरी

लेखसंग्रह

हरीश विस्तारी येरणे

स्व. सौ. येणूबाई, श्री. भिकाजी चाफले.

आजी-आजोबा,

माझं अस्तित्व तुमच्यामुळेच अधोरेखित झालंय.

पहिलं यश तुम्हालाच

अर्पण...

अनुक्रमणिका

मनोगत

'बंडखोरी' हे माझे पहिलेच लेखरूपी साहित्य अपत्य होय. ध्यानीमनी नसताना हा लेखसंग्रह पुस्तकरूपाने वाचकांच्या हाती देताना आनंद द्विगुणित होतो आहे. त्यासोबतच साहित्यसेवेची अतिरिक्त जबाबदारी सुद्धा अंगावर येऊन पडल्याची जाणीव आहे.

साहित्य वाचनाचा आवडता छंद, मधल्या काळात कौटुंबिक चिंता आणि शासकीय धोरणातील उणेपनाणे आलेले बेरोजगारीचे संकट, अशा अन्य कारणाने मागे पडला. "वेळ पुरेसा नाही" ही माझी मलाच केलेली तक्रार होती. आता या तक्रारीची सोडवणूक करायची, हे ठरवून वाचनावर भर देण्याचा यशस्वी प्रयत्न मी करू शकलो. चळवळीच्या माध्यमातून राजकीय अनुभव, शिक्षणातल्या आणि तरुणाईच्या समस्या यांच्याशी नेमकी ओळख झाली. आपोआप मनातली चीड कागदावर उतरू लागली. प्रत्येक क्षणी मित्रांनी लेखनाला उत्स्फूर्त प्रतिसाद दिला आणि यातूनच नव्या विषयांचे, नव्या लेखाचे सृजन होत गेले.

आज पैसा, प्रतिष्ठा आणि प्रसिद्धीसाठी हपापलेले अनेक'जन' नकळत समस्या निर्माण करून जातात. काही प्रश्न राजकीय स्वार्थातून आपल्यावर जाणीवपूर्वक लादल्या जात आहेत. हे पैसेवाले, प्रतिष्ठित, प्रसिद्ध आणि राजकारणी महाभाग स्वार्थ साधताना माणुसकीच्या छाताडावर लाथ देऊन यशाचं शिखर गाठू पाहत आहेत आणि यांच्यासाठी शिड्या तयार करून देणारे आपल्यातलेच अनेक 'अतिशहाणे' असतात. हे सगळं दिसतंय मला! पण मी या अगडबंब व्यवस्थेला एकटा मुळीच पुरणार नाही. म्हणून लेखणी हातात घेतली. हीच माझी प्रस्थापित व्यवस्थेविरोधातली पहिली 'बंडखोरी'.

सामाजिक समस्यांच्या भोवती एक वैचारिक वलय निर्माण व्हावं. त्या वलयाला तात्त्विकतेची किनार असावी. सामान्य आयुष्य जगताना

प्रत्येकाने एवढं तरी करावं, हीच मनी बाळगलेली इच्छा. डोळे असूनही आंधळे झालेल्यांनी एकदा बघावं. कान असूनही बहिरेपणाचं नाटक करणाऱ्यांनी कधीतरी ऐकावं. अनामिक भीतीपोटी वाचा गेलेल्यांनी काहीतरी बोलावं एवढीच माझी आकांक्षा आहे.

वैचारिक दृष्टिकोनातून विषय हाताळताना तटस्थता मला महत्त्वाची वाटते. दोन्ही बाजूच्या आणि भिन्न विचारांच्या लोकांना त्यांच्या चुका लक्षात आणून देण्यासोबत, फक्त माणुसकी हाच एकमेव धर्म श्रेष्ठ आहे. हे पटवून देण्याचा मी माझ्या लेखातून पुरेपूर प्रयत्न केलेला आहे. चुका माझ्याही हातून झाल्याच असतील, नाही असे नाही. त्याबद्दल मी सदोदीत क्षमस्व असेन.

मला लेखनासाठी सदैव प्रोत्साहित करणारे 'माझे भाऊ' साहित्यिक श्री. संजय वि. येरणे यांच्या प्रेरणेने आणि सहकार्याने मी माझे हे पहिलेवहिले साहित्य आपणापर्यंत पोहचवू शकत आहे. सोबतच अनेक मित्र मंडळींनी प्रबलनात्मक साथ दिली. साहित्यिक श्री. पुनाराम निकुरे सर यांनी अक्षर तपासणी करून मार्गदर्शन केले. मुखपृष्ठ श्री. नरेश मांडवकर यांनी साकार करून दिले. तथा 'नोशन' प्रकाशन यांनी सदर लेखसंग्रह अगदी सुबक रुपात प्रकाशित करून माझ्या लेखनाला आपल्यासमोर आणले. माझे आईबाबा सौ. सुमन येरणे, श्री. विस्तारी येरणे, पत्नी कल्याणी येरणे, माझा छोटा छकुला चिन्मय, कुटुंबातील सहकार्य, या सर्वांचे इथे विशेष आभार.

या लेखसंग्रहतील काही लेख ऑनलाईन पोर्टल, वृत्तपत्रे आणि साप्ताहिकात प्रसिद्ध झालेले आहेत. औचित्य साधून लिहिल्या गेलेल्या या वैचारिक शब्दसंग्रहाला आपल्यासारख्या सुजाण वाचकांसमोर ठेवतोय. आपल्या अभिप्रायाच्या प्रतीक्षेत.

धन्यवाद!

हरीश विस्तारीजी येरणे
मु पो- नागभीड, जि- चंद्रपूर.
मो. ९०९६४४२२५०
पिन- ४४१२०५

प्रस्तावना

'बंडखोरी' हरीश येरणे यांचा वैचारिक लेखांचा संग्रह वाचकांच्या भेटीला येतो आहे. त्यांचे हे पहिलेच साहित्य अपत्य होय. प्रस्तुत संग्रहात अठरा लेखांचा समावेश करण्यात आला असून त्यांचे लेखन हे सामाजिक, वैचारिक स्वरूपातून मानव कल्याणाच्या हितार्थ झटताना जीवनाला नवा मार्ग, दिशा शोधायला भाग पाडणारे आहे.

'बंडखोर' म्हणजे स्वामीत्त्वाच्या विरोधात जाणारा. या वाक्यातून लेखक बंडखोर आहेत असा गैरसमज, नकारात्मक दृष्टिकोन वाचकाने वाचनपूर्व मनात येवू देऊ नये. याकरिता संत तुकाराम महाराजांचे एक अभंग लक्षात घ्यायला हवे.

"होईल तैसे बळ ! फजित करावे ते खळ !

तुका म्हणे त्याचे ! पाप नाही ताडनाचे !"

"परक्या दुष्टांचा संहार करणं यात पाप नाही, आपली शक्ती एकवटून दुष्टांचा नायनाट करावा, स्वराज्य राखावं, रयतेला सुखी करावं. राजधर्माचं पालन होऊन स्वराज्याची उभारणी व्हावी. त्या सावलीत रयतेला स्वाभिमानानं जगता यावं"

"संत तुकारामांनी सांगितलेले अहिंसेचे हे तत्त्व म्हणजे 'दुष्टांचा संहार करणं' या बाबीकडे आज सामान्य माणसाने दुर्लक्ष केले आहे. यामुळे कदाचित आजचे जीवनसंकट, समस्यायुक्त ठरत हास्यास्पद ठरते आहे."

लेखकाची लेखन-प्रपंच भूमिका ही सामाजिक, वैचारिक धाटणीची आहे. यातच त्यांच्या साहित्याचे मूल्यमापन झालेले आहे. मानवी जीवनाचे उत्थान करणारी अत्यंत साधीसोपी तेवढीच परखड लेखनशैली, अनेक अभ्यासू संदर्भाच्या आतून विषद होणारी कारणमीमांसा देत, नवे प्रस्थ लेखनातून निर्माण करीत काळजाला भेदून जाणारे लेखन आहे. वाचकाला स्फूर्ती प्रदान करणारे, तेवढीच नव्या आकांक्षा, जिद्द, धेय्य प्रस्थापित करायला लावणारा लेखसंग्रह पहिल्याच बॉलवर फलंदाजाने षटकार ठोकावा असा प्रसंशनीय,

स्पृहणीय आहे.

'बळी तो कान पिळी' या न्यायाने मूठभर बलवान, जनगनांना छळत आलेले आहेत. सामान्य जनतेचे शोषण केल्या जात आहे. राजा आणि रंक यातील उद्‌भवणारी आजची परिस्थिती, खरेतर या देशातीलच नव्हेतर जगातील आक्रोश, मानवांचे जगणे नाकारणारा झाला आहे, कितीतरी समस्या, प्रश्न इथे ठाण मांडून बसलेत. ते सोडविताना जीवनाची होरपळ होऊन जीवनच संपून जाते आहे. मात्र आज जीवनाची सूत्रे एका विशिष्ट पुढारी, उद्‌योजक, अशा श्रीमंत वर्गाकडे गेले आहे. कुणालाही कुणाचे देणे घेणे नाही. एकीकडे किड्या मुंग्यागत जीवनाची सुरुवात आणि त्यातच होणारा अंत असतो.

'हाय! ही काफिर सल्तनत' 'अरे! ती सुलतानशाही तरी बरी होती.' 'रावबाचे राज्यात तरी श्वास घ्यायला मोकळीक होती.' 'कधी येईल माझा बळीराजा!' 'कधी येईल माझ्या शिवबाचे राज्य,' 'आकाशातून आता खरंच एखादी जादुई परी येऊनच आपले भले होऊ शकेल!' कितीतरी असे सामान्य जनतेच्या तोंडातून अलगद बाहेर पडणारे उद्‌गार. एकंदरीत परिस्थिती हलाखीची झाली आहे, यावर उपाय काय? थोर माणसे आता नाहीत, पुढे थोर व्यक्ती या दुनियेचे भले करील ही अपेक्षाही न केलेली बरी. माणूस या दुनियेतील जाचात पिचला, भरडला, होरपळला जातो, अनंत व्यक्तीही इथे भरडले गेले आहेत. आता यावर एक पर्याय म्हणजेच बंडखोरी, यातून नव्या मार्गाचा, जीवनाचा शोध लेखकाला डोळ्यासमोर उभा राहतोय. तेव्हा लेखक शब्दशस्त्र हातात घेऊन या दुनियेतील अनेक समोर असणारे प्रश्न, समस्यावर विचार करीत स्वतःचे मत अगदी पारदर्शक व्यक्त करीत एक विचारमंथन मांडतो आहे.

लेखनात कुठलाही एकांगीपणा नाही की टीका टिप्पणी नाही. प्रत्येक बाबींच्या दोन्ही बाजू पडताळून व्यक्त होणारे लेखक मन, त्यातून मिळणारा मार्ग म्हणजेच नव्या वाटा होय. हीच या संग्रहाची वैशिष्ट्ये आहेत. 'एक ना एक दिवस आपला येणार हा आशावाद आहे.' विचार परिवर्तन करणे व त्यातून सामाजिक व्यवस्थेत बदल घडविणे औचित्याचे आहे. वाईट विचारावर चांगल्या सुधारणावादी,

मानवतावादी, न्याय विचारांच्या पेरणीतून हे शक्य होऊ शकते. समाजमन बदलण्याचे प्रयत्न झाल्यास वैचारिक क्रांती घडू शकते. हीच आजची बंडखोरी असेल.

इतिहासात थोर मानवांनी शब्दशस्त्रे उगारून वैचारिक ज्योती पेटवून क्रांती केली, सत्याचा शोध घेतलेले विज्ञान व प्राप्त परिस्थिती लक्षात घेत मानवी दृष्टिकोनातून जुन्या व शास्त्रीय परंपरांचा त्याग करून नव्या संकल्पनांच्या साहाय्याने मानवी दृष्टिकोन सतत टवटवीत ठेवावा लागतो. अन्यथा अप्रासंगिक बाबींनी जीवनातील वेळ व साधनसामग्री खर्ची पडून हाती काहीच लागत नाही.

हरीश येरणे अभ्यासू आहेत. लेखकाने बंडखोरी कशी असावी? हे अगदी मार्मिकपणे सांगत यशस्वी प्रयत्न केला आहे. त्यांचा लेखसंग्रह वाचून मेंदूला झिनझिन्या निर्माण होतात. ते लालित्यमय लेखनात, प्रसंगात न गुंतता सरळसरळ सामाजिक, राजकीय कुआचरण, वृत्ती विरुद्ध एल्गार करायला हवा असे सांगतात. हीच तर बंडखोरी होय, पण ती शस्त्राची नव्हे तर संविधानिक मार्ग पत्करत विचाराची लढाई, शब्दाची, नियमाची लढाई होय. या संग्रहातील विविध विचारातून, मुद्द्यातून सामाजिक तत्त्वाधिष्ठित आचरणाबाबत आपले निर्णायक मत बनवायला नक्कीच प्रेरणा मिळेल यात संशय नाही.

शिक्षण, राजकारण, आंतरराष्ट्रीय युद्ध, जातधर्म यावरून उद्भवणारी विपरीत परिस्थिती, मानवतावादी दृष्टिकोन, बेरोजगारी, सरकारी धोरण, पुढारी विचार व कर्तव्य शून्यता, आजची मिडिया, तरुणाईचे खडतर जीवन, भौतिक सुखसुविधा, समाज उन्नती, अशा शेकडो मुद्द्यावर लेखक अस्वस्थ होऊन विचार करायला भाग पाडतात नव्हेतर यावर मार्गक्रमण करायला आस्वस्थ करतात. लेख वाचताना वाचक तन्मयतेने गढून जातो. परिस्थिती सापेक्ष असलेले जीवन त्यात प्रतिबिंबरुपी बघायला लागतो. हीच तर शैली नामानिराळी होय.

ताप आला तर पॅरासिटमाल ड्रग्ज घ्यावा लागतो, डॉक्टरचे दुसरे औषध, देवधावा काय कामाचा? गुळगुळीत व्यक्तीवर्णन, लालित्य हे समाजाच्या दुखण्यावरील औषध नव्हे! इथे माणसांची वस्ती माणुसकी तत्त्वाने पुढे अबाधित राहावी यास्तव मांडलेला हा एक लेखरूपी जागर

होय. या लेखांचे प्रकाशनपूर्व हजारो वाचक लाभले. पुढेही लाभतील, पण यातून समाजासमोर असलेले प्रश्न, समस्या यावर एखादा वाचक बदल स्वीकारू शकला तरी या लेखनाचे सार्थक झाले असे वाटेल.

मला ठाऊक आहे, संत तुकाराम न समजून घेता बापूच्या नादी लागणारे लोकं, महात्मा फुले न जगता आज पाणपोईचा धंदा करणारे ठग इथे आपले अस्तित्व जमवून बसले आहेत. यात हरीश सारख्या लेखकाच्या लेखणीचा काय प्रभाव पडेल? पण सुरुवात म्हणजेच आरंभ महत्त्वाचा असतो, १ मे महाराष्ट्र दिन, कामगारदिनला विचारविश्व या वेबसाईटच्या माध्यमातून लेखकाने केलेला आरंभ खरेतर इथे रोपटे लावणारा आहे. वटवृक्षात रुपांतर होणे हे परिस्थिती सापेक्ष विचारधारेवर अवलंबून आहे. यावरून मानवतावादी लेखनाची कास धरून पुढे येणारा लेखक हरीशच्या रूपाने दिसतो आहे. हीच समाजनिकड होय.

संग्रहाबद्दल काय सांगावे? काय लिहावे? म्हटलं तर बरेच आहे. आपण सुजाण नागरिक, वाचक म्हणून ते वाचणार आहात. या लेखसंग्रहाने भारतीय मनाला नव्या विचाराचे तंत्र-मंत्र मिळाले आहे, हा मोठेपणा त्यांच्या साहित्यिक जाणिवेला, भूमिकेला, वैचारिक बैठकीला नक्कीच मानाचे पान देणार आहे. पुढेही त्यांचे साहित्य आपणासमोर येणारच आहे. त्यांच्या साहित्य कार्याला भरभरून शुभेच्छा देत, समाज निकडीचे साहित्य त्यांच्या करातून सतत प्रसारित होत राहो, ही मंगल कामना करतोय!

संजय वि. येरणे
साहित्यिक
नागभीड, चंद्रपूर
९४०४१२१०९८

1

इंग्रजाळलेले मराठी शिक्षण

"इंग्रजी माध्यमातून सहाव्या वर्गात शिकणाऱ्या मयंकला किराणा दुकानातील नोकराने 'सदुसष्ट' रुपये बिल झाले म्हणून सांगितलं. मयंक त्या नोकराच्या तोंडाकडे आणि आपल्या आईकडे आलटून-पालटून बघू लागला. मग त्याने आपल्या आईलाच विचारले,

"...... म्हणजे किती गं?"

आई उत्तरली, " Sixty seven rupees."

या छोट्या संभाषणाने भरपूर विचार करायला लावलं. त्याच्या आईला कदाचित अभिमान वाटला असेल का मुलाचा? 'त्याला इंग्रजी चांगली कळते म्हणून. ' आपल्या मातृभाषेतील संख्याज्ञान त्याला नाही याचे मलाच वाईट वाटून गेले, त्याच्या पालकांनी सहाव्या वर्गात गेल्यावर सुद्धा मराठीतून संख्यावाचन शिकविण्याची तसदी घेतली नाही, याचा थोडासा राग सुद्धा आला.

मराठी माध्यमांच्या अनुदानित शाळांचे 'कॉन्व्हेंट' मध्ये रूपांतर करण्याला सरकारने परवानगी दिली आहे, तसे परिपत्रक राज्याच्या शिक्षण आयुक्तांनी काढलेले आहे. डबघाईला आलेल्या मराठी अनुदानित शाळांच्या भौतिक साधनांचा आणि मनुष्यबळाचा वापर इंग्रजीच्या अट्टाहासासाठी करण्याचा विचारपूर्वक निर्णय घेण्याऱ्या सरकारचे अभिनंदन करावे काय? या प्रश्नाचे उत्तर शोधण्याचा हा छोटासा प्रयत्न.

पालकांचा इंग्रजी शिक्षणाकडे वाढलेला कल लक्षात घेता या प्रकारचा उपाय करण्यात मुळीच गैर नाही. पण सर्वांनाच सर्व स्तरावर इंग्रजी शिक्षणाची गरज नाही हे सर्व शिक्षणतज्ज्ञ जाणून आहेत. विद्यार्थ्यांच्या आकलन क्षमतेचा विकास त्याच्या मातृभाषेतूनच जास्त होत असतो. एव्हाना मातृभाषेतून म्हणजेच मराठीतून मिळणारे शिक्षण विद्यार्थ्याला कैकपटीने स्वावलंबी आणि समाजशील बनवू शकेल, मग फक्त इंग्रजीचाच अट्टाहास का? खाजगी शैक्षणिक संस्था शिक्षणाच्या या व्यापारात पूर्णतः गुंतून गेल्या आहेत. संमोहन केल्यासारखे इंग्रजी आणि सीबीएसईचे भूत पालकांच्या मानगुटीवर बसले आहे. आणि आता सरकारने ते भूत उतरविण्याऐवजी त्याची पकड अधिक घट्ट करण्यासाठी या इंग्रजी माध्यमाच्या शाळा सुरु करण्याची मोहीमच हाती घेतली आहे. मग मराठीतून (मातृभाषेतून) शिक्षण, मराठी अस्मिता, अभिजात मराठी हे सर्व सरकारी सोंग मानायचे का?

मागील काही वर्षांत जिल्हा परिषद, नगरपालिका आणि महानगरपालिकेच्या कित्येक मराठी शाळा बंद झाल्या आहेत. राज्यभरातील आणखी जवळपास साडे चार हजार शाळा कायमच्या बंद करण्याचा प्रशासनाचा डाव आहे, तशी तयारी सुद्धा शासनाने पूर्ण केली आहे. आपली नाचक्की होण्याच्या भीतीने सरकार कशीबशी सारवासारव करीत आहे. हे सुज्ञ नागरिकांना वेगळे सांगण्याची गरज नाही. या सरकारी शाळा बंद होत असताना त्यांच्या पुनरुज्जीवनासाठी प्रयत्नच करू नयेत याला शासनाचा निव्वळ मूर्खपणा म्हणावा लागेल. मराठी शाळांची पटसंख्या वाढू शकत नसेल तर सरकारची शिक्षणविषयक धोरणे फोल आहेत. वर्षानुवर्षे अतिरिक्त शिक्षकांच्या समायोजनाचा

प्रश्न कायम आहे. खाजगी इंग्रजी शाळांना मान्यता देणारे शासनच स्वतः आपल्या शाळांच्या अधोगतीला कारणीभूत ठरते. इंग्रजी शिक्षणाला विरोध नसावा पण त्याला इतके हावी होऊ देणे भविष्याच्या दृष्टीने चांगले ठरणार नाही.

शिक्षण प्रणालीवरच त्या देशाचे भवितव्य अवलंबून असते हे सत्य स्वातंत्र्यानंतरच्या सत्तर वर्षात आपण अद्यापही स्वीकारलेले नाही. शिक्षणासाठी भरीव तरतूद करून त्यास महत्त्व देतोय हा फक्त दिखाऊपणा आहे. जगात सर्वश्रेष्ठ मानल्या गेलेल्या भारताच्या राज्यघटनेतील मूल्ये शिक्षणातून परावर्तित व्हावी. शिक्षणाने विद्यार्थी सर्जनशील, समजूतदार, स्वावलंबी नागरिक बनावा. मुळात याच उद्देशाने सरकारनी सुदृढ शिक्षण व्यवस्था अंगीकारावी. शिक्षण क्षेत्रावर होणारा खर्च GDP च्या १० टक्के तरी असावा, पण भारतात ६ टक्केची तरतूद करूनही फक्त ३ ते ३.५ टक्केच खर्च केला जातोय. यातून सरकारची मानसिकता दिसून येते.

शिक्षण खाते मलाईदार नसल्याने राज्य सरकारही शिक्षणाला फारसे महत्त्व देत नाही. शिक्षणाच्या खासगीकरणाला बळ देण्यावरच सरकारी जोर दिसतोय. स्वतःला शिक्षणसुधारक समजून घेणारे संस्थाचालक हे सर्व राजकारणी किंवा त्यांचे नातलग आहेत. 'शिक्षण' नावाच्या व्यवसायातून पांढरपेशांना सात पिढ्या पुरेल इतका पैसा कमावता येतो याची खात्री असल्यानेच गल्लीबोळात 'कॉन्व्हेंट' चा महापूर आलेला आहे. मार्केटिंगचे चांगले पर्याय उपलब्ध असल्याने हेच संस्थाचालक सामान्य पालकांना आपल्या 'इंग्लिश मिडीयम' शाळांकडे आकर्षित करत आहेत. परिणामी राजकारण्यांच्या हातात असलेली कुचकामी सरकारी यंत्रणा, दिवसेंदिवस ढासळत चालली आहे.

जगातील सर्वोत्तम शिक्षणप्रणाली मानल्या जाणाऱ्या पहिल्या तीन अनुक्रमे फिनलँड, जपान आणि दक्षिण कोरिया या देशांत प्राथमिक शिक्षण पूर्णपणे त्यांच्या मातृभाषेतून दिल्या जाते. ज्या चीनला आपण नेहमी पाण्यात पाहतो, ज्याच्याशी आपली तुलना करतो तोच 'चीन' शिक्षणात १६७ देशांच्या यादीत ५६ व्या क्रमांकावर आहे आणि आपण मात्र ११३ व्या क्रमांकावर. (Source- Legatum prosperity index,

२०१९)

भारतात शिक्षणाच्या बाबतीत कुठेही समानता नाहीच. एकीकडे इंग्रजी माध्यमाच्या मोठ्या खाजगी शाळेत आपल्या पाल्याला प्रवेश मिळावा म्हणून लाखो रुपये खर्च करणारे पालक तर दुसरीकडे दोन वेळच्या जेवणाची भ्रांत पडलेल्या गरीब, कामगार, वंचित आणि मागास घटकांची ६ कोटी शाळाबाह्य मुले आहेत.

आपल्या मुलांना मातृभाषेतून शिक्षण मिळावं यासाठी पालकच तयार होत नाहीत. मातृभाषेतून शिक्षणाची गरज आणि उपयोगिता पटवून देण्यात सरकार आणि शिक्षण विभाग सातत्याने अपयशी ठरत आहे आणि आता हेच अपयश झाकण्यासाठी मराठी अनुदानित सरकारी शाळांवर इंग्रजीचा सोनेरी मुलामा चढवला जातोय. हा सोनेरी मुलामा लवकरच उघडा पडेल पण तेव्हा वेळ गेलेली असणार.

इंग्रजीचे महत्त्व जागतिक स्तरावर अबाधित आहे हे मान्य करावंच लागेल. त्यासाठी इंग्रजी विषयाचा समावेश प्राथमिक शिक्षणात केलेला आहे. यामुळे इंग्रजीची बऱ्यापैकी तोंडओळख विद्यार्थ्यांना झालेली असते. पण विचार करा, पहिल्या वर्गात गेल्यावर धड आपली मातृभाषा लिहिता वाचता येत नाही त्या चिमुकल्या जीवांवर इंग्रजीचे ओझे लादून भाषेची खिचडी करण्यात कोणता तो विवेक? ज्ञानेश्वर माऊलीपासून जोपासण्यात आलेली मराठी कुसुमाग्रजांपर्यंत मोठ्या दिमाखाने तोऱ्यात खंबीरपणे उभी राहिली. छत्रपती शिवाजी महाराज, महात्मा फुले, बाबासाहेब आंबेडकर, आचार्य अत्रे, केशवसुत, नारळीकर आणि दाभोळकर यांना प्राथमिक शिक्षणात कधीच इंग्रजीच्या कुबड्यांची गरज पडली नाही, तरी सुद्धा जागतिक पटलावर मोठ्या नेटानं मराठी झेंडा या कर्तृत्ववान नावानिशी फडकतोय. मग आताच पालकांना आणि सरकारला ही दुर्बुद्धी कशी बरं सुचली?

शाळा समायोजनाच्या नावावर कमी पटसंख्या असलेल्या शाळा बंद करणे आणि इंग्रजीच्या उद्धारासाठी मराठीचा बळी देणे हे प्रकार सरकारने थांबवले पाहिजे. मराठी सरकारी शाळांचे सक्षमीकरण, शिक्षकांचे प्रशिक्षण, शिक्षक-विद्यार्थी प्रमाण कमी करण्यासाठी रिक्त पदांची भरती, भौतिक सुविधांची उपलब्धता आणि या सर्वासाठी उदात्त

शैक्षणिक धोरणाची निकड या गोष्टीवर सरकारने आतातरी विचार करून प्रत्यक्ष कृती केली पाहिजे. नाहीतर 'लाभले आम्हास भाग्य, बोलतो मराठी' म्हणणारे आम्ही आमच्या समोरच्या पिढीला 'इंग्रजाळलेले मराठी शिक्षण' देण्यास कारणीभूत ठरू. ज्यात मराठी आचार-विचार, संस्कृती आणि संस्काराचा लवलेशही असणार नाही.

2

अजाण पत्रकारिता

"२६ नोव्हेंबर १९४९, भारत देशाने राज्यघटनेचा स्वीकार करून स्वतःला प्रजासत्ताक लोकशाही राष्ट्र म्हणून घोषित केले. भारत लोकशाही मूल्यांची पाळेमुळे जपताना न्यायालय, प्रसारमाध्यमे, नोकरशाही आणि विधिमंडळ या प्रमुख खांबावर स्वतःचा डोलारा सांभाळतोय. हे चारही स्तंभ महत्त्वाचेच, पण सद्यस्थिती बघू जाता प्रसार माध्यमांना अतीच महत्त्व आलेले दिसत आहे. का? तर या प्रत्येकांना कुणीतरी विकत घेतलंय किंवा पैसा आणि प्रसिद्धीसाठी हेच कुणाच्या तरी गोटात शिरलेत."

भारताला पत्रकारितेचा फार मोठा इतिहास राहिलेला आहे. अगदी ब्रिटिश राजवटीत सुद्धा भारतातील समाजसुधारकांनी वृत्तपत्रे छापून समाजप्रबोधन केले. त्याकाळी मुकनायक, प्रबोधनकार घडले. सुधारकांच्या निर्भीड आणि निडर पत्रकारितेने इंग्रज सरकारवर अंकुश ठेवला होता. भारतातील पत्रकारिता आता मात्र लयास गेल्याचे वाटून जाते. असो, मात्र पत्रकारितेच्या दृष्टीने अभिव्यक्तीच्या नावावर आता खऱ्या स्वातंत्र्याचा मनमुराद आनंद लुटल्या जात आहे हे अगदी खरे आहे.

समाजमनावर प्रभाव टाकणारा मुख्य घटक पत्रकारिता म्हणजेच प्रसारमाध्यमे. स्वातंत्र्योत्तर काळात पत्रकारिता ही सरकारच्या दावणीला बांधली गेल्याची अनेक उदाहरणे सांगता येतील. निव्वळ राजकारणाला केंद्रबिंदू मानून मालकांच्या अपेक्षेप्रमाणे बातम्या पेरणे अथवा प्रसारित करणे हाच केवळ उद्देश मानल्या जातोय असे म्हटले तर अतिशयोक्ती ठरू नये. समस्या फक्त भारतातच असतील असे नाही पण त्या समस्यांवर आपल्या छापखान्यात कुठलीही प्रक्रिया न करता निव्वळ कल असलेले राजकारण, अपघाताच्या बातम्या आणि भरमसाठ पैसा छापून देणाऱ्या जाहिराती याशिवाय दुसरं काहीतरी क्वचितच वाचायला मिळत असते. न्यूज चॅनेलवर सुद्धा एकच बातमी आणि 'तो डोक्यात फिट करणारा व्हिडीओ' दिवसभर मिठमसाला लावून दाखवला जातो.

एखाद्या नटीचा मेकअप आणि त्यांच्या मुलाने काय खाल्ले इथपासून ते युक्रेन रशियाच्या युद्धाचा ग्राउंड रिपोर्ट दाखवून हसू येईपर्यंत पत्रकारिता केली जाते, मात्र ग्रामीण भागातील रस्ते, स्वास्थ सुविधा, बंद होत असलेल्या सरकारी शाळा, तिथली बेरोजगारी, व्यसनाधिनता, शेतकऱ्यांच्या बांधापर्यंत कधीही न पोहचलेली वीज, खते–बियाणांच्या नावावर होत असलेली लूटमार, शूल्लक कारणावरून झालेल्या हाणामाऱ्या, अर्धवट पडलेले प्रकल्प हे पत्रकारितेला कधी दिसतच नाहीत. एखाद्या वेळी दिसले तरी बातमी इतकी छोटी असते की, कुठले काय सांगितले? हे कळायला सुद्धा मार्ग नसतो. दोनतीन दिवसापूर्वी पूर्व विदर्भात वादळ आणि पावसाने थैमान घातले होते. दुबार पीक घेणाऱ्यांचे भात पीक उभ्या उभ्याच नष्ट झाले, आंबा–संत्र्याचे अतोनात नुकसान झाले, झाडे पडली, कित्येक गावांनी अंधारात रात्र काढली. कुठल्याही मराठी चॅनेलने त्यावर भाष्य केले नाही. मात्र त्याच चॅनेलवर बिहार मधील दारू पकडीच्या आणि ओरिसा मधील चक्रीवादळाच्या बातम्या दिल्या जात होत्या. याला न्यायसंगत पत्रकारिता म्हणावी?

न्यूज चॅनेल प्रादेशिक असोत वा राष्ट्रीय, किंवा वृत्तपत्रे असू देत. एखाद्या मुद्द्यावर जीव जडला की, मग इतरत्र काहीही घडू दया, त्या

मुद्द्याशी यांचं काही देणंघेणं नसतेच. नव्वदी पार रात्रोंदिवस बातम्या देणारे खाजगी चॅनेल्स आले. देश-विदेश, राजकारण, अर्थकारण यासारख्या विविध विषयांवर चर्चा रंगू लागल्यात. मुद्दे आणि गुद्दे, पूछता हैं भारत (?), हल्ला बोलच्या नावावर स्टुडिओत दंगल, मी आणि झी, तुझ्या सोबतीला माझा, आपलेच विकलेले मत मांडून लोकमत म्हणवून घेणारे, आणि डीएनए तपासून लोकांना धर्माप्रति जागरूक करणारे अनेक कार्यक्रम फक्त मनोरंजन करण्यासाठी सुरु आहेत. प्रसारमाध्यम, पत्रकारिता आणि पत्रकार यांच्यातही २०१४ आधीचे आणि नंतरचे असे दोन गट निर्माण झालेले दिसून येतात. दुफळी म्हणतात ती हीच. भक्त आणि चमचे, डावे आणि उजवे.

राजकीय पक्षांनी, राजकारण्यांनी व उद्योगपतीनी मोठे माध्यम समूह विकत घेऊन आपली अजेंडा पत्रकारिता सुरु ठेवली आहे. विचारसरणीला कुरणात चरायला पाठवून अपेक्षित नकली विचार आता लोकांवर थोपविण्याचा 'धंदा' सुरु झाल्याचे दिसून येत आहे. म्हणायला चौथा स्तंभ असला तरी तो लोकशाहीला सध्यातरी पूरक नाहीच. एकमेकांशी स्पर्धा करताना वृत्तपत्रे आणि न्यूज चॅनेल्सनी आपल्यात व्यवसायिकता आणली. पैशाविना प्रसार माध्यमे चालू शकत नाहीत हे जरी मान्य केले तरी याच कारणास्तव नागरिकांवर नैतिक प्रभाव टाकण्याची त्यांची लायकी उरलेली नाही. लोकांच्या डोक्यात फिट्ट करणारी तथ्यहीन बातमी अथवा संदेश मोबाईल द्वारे तात्काळ पोहचविता येतो हे हेरून या माध्यमांनी आणि राजकीय पक्षांनी आपले आयटी सेल स्थापन केले. मोबाईल वर आलेला संदेश खराच असेल याची पडताडळणी न करता त्याला खरं मानून घेणारे महाभाग त्यांना बळ पुरवितात हे विशेष. ट्विटर, फेसबुक, वॉट्सअप, इंस्टाग्राम हे मात्र या भरवशावर बक्कळ नफा कमवत आहेत.

सोशल मीडिया वर "पाकीट पत्रकार" ही संज्ञा उदयास आलेली आहे. उत्तर आणि दक्षिण विचारसरणीमुळे मोराला दाणे देणारी व लाळ चाटणारी ह्या दोन मुख्य प्रकारात पत्रकारिता विभागल्याचे दिसते. मूळ विषय बाजूला ठेवून सूज्ञ लोकांना अज्ञ बनवण्याचे काम यांच्यामुळे होत आहे. परिणामी पत्रकारितेची दशा किळसवाणी झालेली आहे. काही

दिवसापूर्वी तुषार दामगुडे या व्यक्तीने देशातील नामवंत पत्रकाराला विचारले, चोवीस तास बातम्या देणारे न्यूज चॅनल कोणत्या कामाचे? त्या नामवंत पत्रकाराच्या उत्तरात पत्रकारितेची सद्यस्थिती आणि भारताचे भविष्य या दोन्ही गोष्टी बघावयास मिळाल्या. "तुम्हाला नको असेल तर बघूच नका, आमचे काम आम्ही करतच राहू." याचा अर्थ प्रसारमाध्यमे सामान्य जनतेला गृहीत धरतात आणि आपले अजेंडाधारी विचार लोकांवर थोपवण्याचा प्रयत्न करतात. हे दुफळी माजवणारे, द्वेषाचे, कट्टरतेचे, धर्मांधतेचे फुटकळ विचार एक प्रकारचे सौम्य विषच आहे.

पत्रकारिता ही स्वतंत्रच राहायला हवी, सरकारच्या दावणीला बांधलेली नको. पत्रकार हा बगलकार नसावा. सामान्य जनतेच्या मूळ प्रश्नाला सरळ हात घालून सरकारच्या डोळ्यात अंजन ओतणारी पत्रकारिता लोकांना अपेक्षित आहे. सरकार, व्यवस्था जर चुकत असेल तर त्यावर बोट ठेवणारी आणि सरकारने चांगलं काम केलं तर कौतुकही करणारी अशी पत्रकारिता भारतीय लोकशाहीला टिकवून ठेवण्यात मोलाची भूमिका बजावू शकते. विद्यार्थी, बेरोजगार, शेतकरी, गरीब, बहुजन, मजूर, कामगार, कर्मचारी, अवघे भारतीय या लोकशाहीच्या चौथ्या स्तंभाकडे आशेने बघत आहेत. त्यांच्या प्रश्नाला कधीतरी वाचा फुटेल याची आस ठेवून. पण त्या प्रश्नालाही आता प्रश्नच पडलेला दिसतो. प्रबुद्ध भारत घडवायचा असेल तर पत्रकारितेला या विळख्यातून सोडवणे हेच यावर एकमेव उत्तर आहे.

3

दारुबंदीच्या पलीकडे

"चंद्रपूर जिल्ह्यातील दारुबंदी रद्द करण्याचा निर्णय सरकारने घेतला. कदाचित हा निर्णय घेणे तातडीचे असावे. अभूतपूर्व ऐतिहासिक निर्णय झाल्यामुळे जिल्ह्यातील आणि उर्वरित महाराष्ट्रातील नागरिकांनी गळा ओला करून आनंद साजरा केला. मद्यप्राशन शरीरासाठी हानिकारक आहे हे सर्वांनी कुठेतरी वाचलेलं-ऐकलेलं असेलच, त्यापलीकडे जाऊन सरकारसाठी दारुबंदी उठविणे महत्त्वाचे असेल काय?"

आधीच्या युती सरकारच्या काळात दारूबंदीचा निर्णय घेण्यात आला होता. त्याचे कारण काय असेल याचाही उहापोह करणे येथे गरजेचे ठरते. लगतच्या वर्धा आणि गडचिरोली जिल्ह्यात दारुबंदी असल्याने दारूने तहानलेल्या या शेजारी जिल्ह्यांची तृष्णा भागविण्याचे पुण्यकर्म चंद्रपूर जिल्ह्याच्याच वाटी आले होते. भ्रष्ट अधिकारी आणि स्वार्थी नेत्यांच्या आशीर्वाद, संगनमताने हा गोरखधंदा फोफावला काय? मद्याच्या आहारी गेलेल्या आणि या गोरखधंद्यात पडलेल्या सामान्यांच्या कुटुंबाचे हाल होऊ लागले. याविरोधात पहिली ठिणगी २०१० मध्येच पडली. महिलांचा आक्रोश कानी पडू लागल्यावर तथाकथित

समाजसेविकांनी सरकार विरोधात 'एल्गार' पुकारून दारूबंदीची मागणी केली. सोबतच व्यसनमुक्तीच्या नावावर दुकानदारी चालविणाऱ्या संस्था आणि व्यक्तींनी आपले दंड थोपटले. विरोधी पक्षात असलेल्या सरकारला कळीचा मुद्दा मिळाल्याने त्यांनीसुद्धा सरकारवर हल्लाबोल चढविला. दारूबंदीची गरज कितपत आहे या प्रश्नावर तत्कालीन एक समिती स्थापन करून अहवाल देण्यास सांगितले. ५८८ ग्रामपंचायती आणि अनेक जिल्हा परिषद सर्कलमध्ये दारुबंदी ठराव पास करण्यात आले. एक लाखाहून अधिक महिलांच्या आंदोलनाचे फलित म्हणून या दारुबंदी मोहिमेला पाहण्यात येणार होते. दारुबंदीचे आश्वासन देऊन महिलांची मते मिळविणाऱ्या भाजपने सरकार आल्यावर खरोखरच दारुबंदी केली. बंदी लागू झाल्यावर आपला अवघा संसार सुखाचा होईल, मुलगा-नवरा सुधारेल या भोळ्या आशेने टक लावून बसलेल्या त्या मायेच्या डोळ्यातले अश्रू मात्र तसेच कायम राहिले.

सहा वर्षे वैध दारूचा वनवास भोगणाऱ्या चंद्रपूर जिल्ह्यातील दारुबंदी उठविण्यामागची कारणे अगदीच मजेशीर आहेत. अवैध दारूचे प्रमाण वाढल्याने गुन्हेगारी वाढीस लागली हे यामागचे प्रमुख कारण. अवैध दारूपुरवठा हा बड्या प्रस्थापितांच्या आशिर्वादाशिवाय होत तर नसेलच. काही यंत्रणांची छुपी सहमती असल्याविना कोणी कसा काय हिंमत करू शकतो? दारुबंदी अयशस्वी झाली म्हणून हातावर हात ठेवून सरकारने फक्त तमाशा बघावा हे मुळीच अपेक्षित नव्हते. जगातल्या कुठल्याही प्रख्यात मानसोपचारतज्ञाला विचारले तर गुन्हेगारीचे प्रमुख कारण एका शब्दात सांगेल. अज्ञान आणि बेरोजगारी ही मुख्य कारणेच यामागे असू शकतात याचा साधा साक्षात्कार सरकारला अद्यापही झाला नाही याचे नवल वाटते. अशिक्षितांना ज्ञानी केले आणि बेरोजगारांना रोजगाराची संधी मिळाली तर आपणहून या नरकयातना देणाऱ्या व्यवसायात कोण पडेल?

अवैध हातभट्ट्या आणि दारूचा काळाबाजार अतिशय वाढल्याने हा निर्णय घेण्यात आला असेही कारण राज्य सरकारतर्फे देण्यात येत आहे. मग आपली कायदा आणि सुव्यवस्थेसाठीची यंत्रणा नुसती शोसाठी

असावी काय? की त्या यंत्रणेला मुंबईप्रमाणेच दारूविक्रेत्याकडून १०० कोटीचे घबाड मिळविण्यासाठी कामाला जुंपल्या जाणार आहे? दारुबंदी असली तरी प्रत्यक्ष दारूचा महापूर वाहत होता. गुन्हेगारांवर आपला अंकुश नाही हे लपविण्यासाठी गुन्हेगारी क्षेत्रातील व्यक्तींना प्रचंड प्रमाणात आर्थिक फायदा झाला हेही कारण समोर करण्यात आले आहे. वैध दारूविक्रीचा परवाना असलेले प्रत्यक्ष आणि अप्रत्यक्षरीत्या विशिष्ट पक्षाचे नेतेच आहेत किंवा त्या नेत्यांना मलाई पुरवणारे घनिष्ट संबंधीच आहेत याचा उलगडा करण्याची इथे गरज नाही. मतदारसंघाचे एकमेव खासदारही दारुविक्रीच्या व्यवसायापासून अलिप्त नाहीत. सत्तेने दिलेली संधी आपणांस आर्थिक साम्राज्य प्राप्त करून देऊ शकते ही मनोभावना असली तरी तिची वाच्यता होऊ न देता हा 'जनतेचा' निर्णय होता हे पटवून देण्याइतकी फिल्डिंग या नेत्यांनी लावलीच.

मद्यप्राशनाचा व्यक्ती आणि समाजावर होणारा परिणाम तपासण्यासाठी जागतिक स्तरावर १९५ देशांत १९९० ते २०१६ या सव्वीस वर्षाच्या कालावधीत Institute for Health metrics & Evaluation या संस्थेने व्यापक अभ्यास केला. या संस्थेने २०१७ मध्ये दिलेल्या a systematic analysis for the Global burden of diseases study - attributable to alcohol & drugs या अहवालात मद्याचे मानवी शरीर आणि समाजावर होणारे परिणाम, त्यापासून उद्भवणारे रोग, त्यावरील उपाययोजना याचा विस्तृत तपशील मांडलेला आहे. संतुलित प्रमाणात मद्यप्राशन करणे चांगले असे बऱ्याचदा म्हटल्या जाते. असेलही कदाचित पण लोकांनी सांगितलेल्या दोन शारीरिक फायद्यासमोर शेकड्याने होणाऱ्या शारीरिक, मानसिक आणि सामाजिक तोट्याचा विचार कधीच केला जात नाही. ७५० मिली. बीयरच्या बाटलीतून सरासरी ६० ग्रॅम. आणि ६० मिली. वाईनच्या लार्ज पॅकमधून सरासरी ३० ग्रॅम शुद्ध अल्कोहोल शरीरात जाते. मानवी शरीराला आवश्यक असलेल्या अल्कोहोलच्या प्रमाणात हे प्रमाण कितीतरी पटीने अधिक आहे. असे असले तरीही एकदा तोंडाला लागलेला ग्लास सर्व फायदे तोटे विसरून झिंगाट होईपर्यंत चढविला जातो.

अधिकृत आकडेवारीनुसार चंद्रपूर जिल्ह्याची लोकसंख्या २१ लक्ष ९४ हजार २६२ इतकी असून साक्षरतेचे प्रमाण ५९.४१ टक्के इतकेच आहे. दारूबंदीचा विडा उचललेल्या लोकांच्या अहवालानुसार २६९८२४ निवेदनांपैकी २४३६२७ इतक्या मोठ्या संख्येने दारुबंदी उठविण्यासंबंधी निवेदने देण्यात आली. दारुबंदी विरोध करणाऱ्यांचे हे प्रमाण ९० टक्के असले तरी ते एकूण लोकसंख्येच्या प्रमाणात ११.१० टक्के इतकेच आहे. जिल्ह्यात मद्यप्राशन करणारे व्यक्ती जास्तीत जास्त २५ टक्के असू शकतील. मग न पिणाऱ्या ७५ टक्के लोकांना दारुबंदी तशीच ठेवली किंवा उठवली तरी काहीच फरक पडणार नाही. त्यातही ४० टक्के जनता निरक्षरच. मग ही माणसे कशाला या निवेदनाच्या भानगडीत पडायला जातील? ज्यांना गरज होती त्यांनी संपूर्ण जोर लावून दारुबंदी उठवावी यासाठी एखाद्या चळवळी प्रमाणे निवेदने देण्याची मोहीम राबवली आणि शासनाला आपले संख्याबळ दाखवून यश (?) पदरात पाडून घेतले.

असो, दारुबंदीचे समर्थन अथवा विरोध करणे हा या लेखाचा उद्देश मुळीच नाही. दारुबंदीच्या पलीकडेही सरकारला काहीतरी करण्याजोगी महत्त्वाची कामे आहेत हे पटवून देण्यासाठीचा हा खटाटोप, पटलं तर बघा!

दारुबंदी उठवणे ही लोकांचीच मागणी होती आणि आपण लोकांप्रती समर्पित आहोत हे दाखवण्यासाठी सरकारने हा निर्णय घेतला हे सांगत फिरताहेत. मग त्याच जिल्ह्यातील शेती आणि उद्योगधंद्याला पाणीपुरवठा करण्यासाठी बांधण्यात येत असलेला गोसेखुर्द प्रकल्प ३५ वर्षांपासून अजूनही अपूर्ण का असावा? यासाठी कित्येक निवेदने, आंदोलने झाली या मागणीचा विचार राज्यकर्ते केव्हा करतील? नोकरी आणि व्यवसायाची संधी उपलब्ध व्हावी यासाठी जिल्ह्यातील तरुणांनी आजतागायत कित्येक निवेदने दिली असतील, तरुणांची ही मागणी सरकारच्या कानात कशी घुसली नसेल? २५ डिसेंबर २०२० रोजी पुणे येथे पत्रकार भवनात मा. मंत्री महोदयांनी शिक्षकभरती लढ्याच्या शिष्टमंडळाला एका महिन्यात मंत्रालयात मिटिंग लावून भरतीचा प्रश्न सोडविण्याचे तोंडभरून आश्वासन दिले होते, हे आश्वासन मंत्रिमहोदय

कसे काय विसरू शकतात?

दारुबंदीमुळे पाच वर्षात राज्य उत्पादन शुल्क आणि विक्रीकर मिळून २५७० कोटी रुपयांच्या महसुलाचे नुकसान झाले. म्हणजे आता वर्षाला ५०० कोटी रुपयांच्या वर फायदा सरकारला होणार आहे. दरवर्षी देशातील आणि राज्यातील बेरोजगारीचा आलेख वाढताच आहे. राज्य सरकारात महत्त्वाच्या विभागातील कित्येक जागा रिक्त आहेत. मागील दहा वर्षांपासून तिन्ही सरकारांनी सरळसेवा, शिक्षकभरती, प्राध्यापकभरती, पोलिसभरती, तलाठी, ग्रामसेवक, वनरक्षक, आरोग्यसेवा भरती करू म्हणून नुसत्याच थापा मारल्या. आता या बेरोजगारांना हक्काच्या नोकऱ्या देऊन येणारे अतिरिक्त ५०० कोटी रुपये यांच्यासाठी खर्च करण्याची तयारी हे सरकार दाखवेल का? हा सवाल आहे.

फसलेल्या दारुबंदीच्या या निर्णयात दारूचा अतिरेक हाच गहन प्रश्न होता, प्रश्न आहे तर उत्तरही असेलच. तरीपण मनाजोगे निर्णय झाला. तर मग राज्यात तंबाखू, गुटखाबंदी, प्लास्टिकबंदी, अंधश्रद्धा निर्मूलन, महिलांवरील अत्याचार विरोधी कायदे, एट्रासिटी ॲक्ट हे सुद्धा फसलेलेच आहेत. याच न्यायाने यांना सुद्धा रद्द करून राज्याचे कल्याण (?) करण्याचा विचार सरकारने करावा. मतपेटीला आपल्याकडे झुकविण्याच्या प्रयत्नांत असलेल्यांना प्रत्येक निर्णयाचा परिणाम मतदारांवर होत असतो याची जाण असायला हवी. आता या निर्णयापलीकडे संपूर्ण जिल्हा गुन्हेगारीमुक्त होणार असल्याची गॅरंटी तरी आहे का? हातभट्ट्या आणि काळाबाजार बंद होणार का? लगतच्या जिल्ह्यात होणारी तस्करी थांबणार का? या निर्णयामुळे मद्यप्राशन करून वाहने चालविणाऱ्यांचे अपघात थांबतील का? बंद पडलेले उद्योगधंदे (दारू व्यवसाय व्यतिरिक्त) सुरू होऊन शासनास नफा कमवून देणार का? तरुणांच्या रोजगाराचा प्रश्न मिटेल काय? शेतकरी-मजूर यांना दारू मिळाल्याने ते आत्महत्या करण्यापासून परावृत्त होतील का? लाखो आयाबहिणींचे उद्ध्वस्त झालेले संसार पुन्हा फुलतील का? आणि महत्त्वाचे म्हणजे या निर्णयामुळे नागरिकांचा जीवनमान स्तर उंचावणार का? अशा कित्येक प्रश्नांची उत्तरे या

सरकारला द्यावी लागणार आहेत.

मोठ्या दिमाखाने दारुबंदी उठविण्याचा निर्णय घेणाऱ्या सरकारने 'पलीकडे' जाऊन विचारविनिमय तर केलाच असेल. या एका प्रश्नावर निर्णय तर झालाच पण असे हजारो प्रश्न आहेत, मागण्या आहेत जे वर्षानुवर्षे नुसते आश्वासीत करून सोडले जातात. त्या मागण्यांचा निर्णय या राज्याचे मालक सत्ताधारी याच आपुलकी आणि प्रतिबद्धतेने प्राथमिकता देऊन करतील काय?

4

तथाकथित योद्धे

"

पोट भरण्याच्या महत्त्वाकांक्षेने फळे आणि कंद शोधण्यासाठी जंगलाच्या वाटेने निघालेला मानव, वाघ दिसल्याबरोबर जीवाच्या आकांताने परत पळू लागला. वाघ आज आपली शिकार करणारच ही भीती त्याला सैरावैरा पळायला प्रवृत्त करीत होती. पळत-पळत तो जंगलातून बाहेर आला. वाघ मागे आहे की नाही याची खात्री करावी म्हणून त्याने पळताना मागे वळून पाहिले. वाघ कुठेही दिसेना. जीव वाचला म्हणून त्याक्षणी त्याला हायसं वाटून गेलं. भीतीने आणि धावल्यामुळे आलेला थकवा घालविण्यासाठी थोडी उसंत घ्यावी म्हणून त्या निर्जन स्थळी झाडाखाली बसला. धोका टळला म्हणून उसासे घेऊन झाल्यावर पुन्हा मात्र त्याच्या डोक्यात विचाराने धुमाकूळ घालायला सुरुवात केली. "

आज फळं आणि कंद मिळाली नाहीत तर...!. बायको आणि मुलाचा गोड हसरा चेहरा त्याच्या डोळ्यापुढे काहीवेळ तरळून गेला, माझ्याशिवाय ते कसे जगू शकतील? मग आता...? जिथून वाघाच्या भीतीने परत आलो

त्याच दिशेने पुन्हा एकदा कूच करायची हा मनोमन घट्ट विचार करून तो पुढे सरसावला.

आज स्वतःला प्रगत म्हणवून घेणाऱ्या 'होमो सेपियन' ची दशा काहीशी अशीच झाली आहे. कोरोना वायरसच्या थैमानाने आणि दहशतीने अवघे जग त्रस्त झाले आहे. विकसित राष्ट्रांचे अवसान गळून पडले आहेत. माणसं आणि राष्ट्र वाचावं म्हणून सरकारने टाळेबंदीचा कधी नव्हे असा निर्णय घेतला. घरीच बसा आणि सुरक्षित राहा हे सूत्र बहुतेकांना पटलं सुद्धा.

या काळात डॉक्टर्स आणि आरोग्य यंत्रणा, पोलिस आणि सुरक्षा यंत्रणा योद्ध्यासारख्या या कोरोनाच्या युद्धभूमीवर लढत आहेत. काही स्वयंसेवी संस्थांनी सुध्दा यात सहभाग घेतलाय हे विशेष. माणसाला जगण्यासाठी पोट भरायला लागणाऱ्या अतिआवश्यक वस्तू आणि औषधांची दुकाने सुरूच ठेवण्यात आली. पोटाची गरज मात्र माणसाला स्वस्थ बसू देत नाही. या कोरोनाच्या संग्रामात बहुतेकांनी बहुतेक गमावलं. आपल्याकडे संधी आहे सेवा देण्याची, तिचा फायदा घ्यावा या इराद्याने शेठ आणि मजूर दोघेही व्यस्त झालेत. ज्याचं पोट मोठं त्याची भूकही मोठीच असते आणि ज्याचं पोट लहान त्याची गरज मोठी असते.

एखाद्या टोलेजंग इमारतीत फक्त २ ते ४ माणसे भुतासारखी वावरत असताना त्याच इमारतीच्या समोरच्या घाणेरड्या फुटपाथवर कित्येकांना झोपण्यासाठी शर्थीचे प्रयत्न करताना बघत असतो. खरा प्रश्न हा त्या असंघटित मजूर आणि कामगारांचा निर्माण झाला आहे. यातल्या बऱ्याचशा हातांना काम नाही म्हणून घरीच काहीतरी करणे अथवा स्वस्थ बसने याशिवाय पर्याय नाही. पण ज्यांच्या हाती आता काम आहे त्यांना या महामारीची भीतीच नसावी! भुकेमुळं निर्माण झालेली गरज माणसाला जगण्यासाठीचा अतिक्रमित मार्ग दाखवू लागते.

सेवा देण्यास तत्पर असलेल्या कामगारांना नकळत 'त्या' योद्ध्याची उपमा दिल्या गेली. "खरे योद्धे तर हे आहेत जे जीवावर खेळून सर्वसामान्यांसाठी सेवा पुरवीत आहेत." नकळत केल्या गेलेलं हे

कौतुक काही काळ सुखावून जाते आणि पुन्हा एकदा कोरोनारुपी वाघाची भीती असली तरीभुकेपोटी तो कामाला लागतो. प्रबलनाचाच हा एक प्रकार मानावा लागेल. कारण ती भूक फक्त त्या लहान पोटाची नसते तर त्याहून अधिक मोठं पोट असणाऱ्या त्या शेठची असते.

रक्तरंजित आणि लाल म्हटल्या गेलेल्या अनेक क्रांत्या घडून आल्या. कामगार युनियन आणि अनेक सरकारांनी मजूर, कामगारांसाठी कायदे केले. पण त्या असंघटित कामगारांचे आणि शेतमजुरांचे काय? त्यांच्यासाठी केलेले कायदे आणि अंमलबजावणीचे काय झाले? ते आजही आठ तासाच्या नावावर दहा ते बारा तास योद्ध्यासारखे काम करीत आहेत. त्यांच्या भरवश्यावर या राष्ट्राच्या डोलाऱ्याचा एकही खांब उभा नसेल का? जेमतेम शिक्षण घेतलेला, फक्त पोट भरण्याची इच्छा दर्शविणारा, जिवाच्या आकांताने राबणाऱ्या तथाकथित योद्ध्याला कायद्यानुसार मोबदला तरी मिळतो का? याची शहानिशा करण्याचे कार्य तरी सरकार करेल काय?

5

मुद्दा गरम आहे

"२०१९ मध्ये भारतीय धावपटू हिमा दास हिने फक्त १९ दिवसांत पाच सुवर्णपदके पटकावली. फारशी प्रसिद्ध नसलेली हिमा दास खरंतर या आंतरराष्ट्रीय स्पर्धांमध्ये भारताचे प्रतिनिधित्व करीत होती. पण तिने मिळवलेल्या विजयाला डोक्यावर घेण्याचे सोडून स्वतंत्र भारतात अभिव्यक्ती स्वातंत्र्य मिळालेले भारताचे सुशिक्षित नागरिक गुगलवर तिची जात शोधू लागले! न्यूज चॅनेलवर तिच्या जातीची चर्चा होऊ लागली. का? तिने मिळवलेली पदके ही जातीसाठी होती की भारतासाठी हा तेव्हा मला पडलेला प्रश्न आजही अनुत्तरित आहे."

इ.स. ४०० मध्ये भारतात पहिल्यांदाच आलेला चिनी प्रवासी फहियान याची जेवढी सरबराई त्या काळात झाली नसेल त्यापेक्षा कित्येक पटीने अधिक त्याच देशातून आलेल्या कोरोना व्हायरसची सरबराई या न्युज चॅनेल्सनी आणि वृत्तपत्रांनी केली. संपूर्ण देश लॉकडाऊन झाला, सर्वच राजकीय पक्ष अधांतरी पडले. मग मुद्दा काय? सर्वच समाजमाध्यमानी कोरोनाचे आपापल्या परीने पोस्टमार्टेम केले. रवंथ करून-करून त्याच शिळ्या बातम्या मसाला आणि तडका मारून दाखवू लागले. या संपूर्ण

काळात कोरोनारूपी राक्षसाची भीती अद्यापही कमी झालेली नाही. पण दहशत पसरविणाऱ्या या कोरोनाला आता लोक कंटाळलेत. चॅनेल वाल्यांचे TRP कमी होऊ लागल्याने ते कदाचित चिंताग्रस्त झाले असतील. काही दिवसांनी या चॅनेलवाल्यांना घबाड मिळालं. राम मंदिर आणि बाबरी मशीद पुन्हा जिवंत झाली, चीन भारतात अतिक्रमण करू लागला, काही दिवस रोफेल विमानं उडू लागली, विकास दुबे संपता-संपता सुशांतसिंग आत्महत्या करून मीडियावर जन्माला आला! आता देश हळूहळू अनलॉक होतोय, कधी नव्हे अर्थव्यवस्था इतकी रसातळाला गेली. केंद्र सरकारने होते नव्हते सगळे विकायला काढले, देशाच्या ढुंगणाला पडलेली कर्जाची भोके बुजवण्यासाठी खाजगीकरणाचा मार्ग अवलंबिला. कुठल्यातरी चॅनेलवर याची चर्चा व्हावी ही अपेक्षा असताना मध्येच कंगना आणि बॉलिवूड मधली ती निर्लज्ज नशेखोर 'मंडली' मीडियाच्या हातात आली. आपोआपच अर्थव्यवस्था एका घटकेत सुधारली आणि आम्ही आपला आवडता विषय टीव्हीवर बघू लागलोत. वा! वा!

हाथरस एक कळीचा मुद्दा बनलाय, का? बिहार निवडणूक जवळ आली म्हणून असेल की त्यात जात गवसली म्हणून असेल? की त्या शेतकरी विधेयकाची होणारी चर्चा थांबावी म्हणून असेल? असो, हाथरस-बलात्कार प्रकरण माणुसकीला काळीमा फासणारेच आहे. शारीरिक आणि मानसिक अत्याचाराच्या अनंत यातना भोगणाऱ्या त्या ताईला कायद्याने न्याय मिळावा यासाठी कुणीही एकमत न होता फक्त राजकारण केल्या जात आहे. सत्ताधारी आणि विरोधक दोघेही एकमेकांवर आरोपांच्या फैरी झाडून आपली राजकीय पोळी भाजून घेत आहेत. आणि त्या पोळीला मीठ-मसाला लावण्यासाठी विविध चॅनेल्स आणि वृत्तपत्रे मदत करीत आहेत.

२०१२ चे निर्भया प्रकरण असंच पेटलं, ते प्रकरणही इतकं गंभीर होतं की त्या क्रूर वासनांध प्रवृत्तींनी सर्व मर्यादा ओलांडून आपली 'हैवानियत' दाखवून दिली होती. या गंभीर प्रकरणाने संपूर्ण देश एकवटला, अपेक्षेनुरूप सूत्रे फिरली. कायद्यामध्ये बदल करून शिक्षेचे प्रमाण वाढविण्यात आले. तेव्हा वाटत होतं की आता कायद्याचा धाक राहील

आणि या प्रकारचे गुन्हे कमी होतील. पण तसं कधी झालंच नाही. आजही भारतात आधीपेक्षा अधिक रोज ९० बलात्कार होतात. हे फक्त नोंदविलेले आकडे असतात, खरे पाहता बदनामीच्या भीतीने हे गुन्हे बहुतेकदा लपवले जातात किंवा गुन्हा न नोंदनेच पसंत केले जाते. कायद्याचा कसलाही धाक गुन्हेगारांना उरलेला नाही.

हल्लीचे हैदराबाद प्रकरण तितकेच ताजे आहे. झालेला अत्याचार आणि नंतर पोलिसांनी केलेले एन्काऊंटर या विरोधात कित्येक राजकीय नेत्यांनी आणि मानवाधिकार कार्यकर्त्यांनी प्रश्नचिन्ह निर्माण केले होते. आजच्या हाथरस प्रकरणात सुद्धा हेच घडत आहे. गुन्हेगार हे गुन्हेगारच असतात, मात्र सवर्ण विरुद्ध दलित असा सामना उभा करून प्रकरणाला नवी दिशा देण्याचे काम काही अमानवी प्रवृत्तिकडून होत आहे.

निवडणूक जिंकण्यासाठी एखाद्या मुद्द्याला अनावश्यक खतपाणी घालून चर्चेत राहण्याचे प्रकार भारतात नवीन नाही. नटसम्राट मधील स्वगत- "मृत शरीराच्या टाळूवरील लोणी ओरबाडून खाणाऱ्यांची ही जमात आहे." हे तितकंच खरं आहे. निर्भया गेली, सुशांत गेला, आता हाथरस मधील ताईसुद्धा गेली. मृत्यूपश्चात तरी न्याय मिळावा यासाठी प्रयत्न न होता आपल्या स्वार्थासाठी मुद्द्याला गरम करून राजकीय रूप देण्याचे काम अविरत सुरू आहे. या प्रकारच्या भयंकर गुन्ह्यात त्या पीडित कुटुंबाला काय वाटत असेल? त्यांच्यावर कोणते अस्मान कोसळले याची जराही तमा न बाळगता नुसती चिखलफेक करणाऱ्या या अमानवी प्रवृत्तींना जराही लाज वाटत नसेल का?

मुळात मुद्दा हा आहे की भारतात रोज कितीतरी बलात्कार होतात. त्या गुन्ह्यांचे स्वरूप कमी अधिक प्रमाणात सारखेच असते, मग प्रत्येक वेळेस इतका बोभाटा का होत नसेल? न्युज चॅनेल्स, वृत्तपत्रे किंवा राजकीय शक्ती प्रत्येक घटनांना उचलून धरत नाहीत. कदाचित त्यांच्या मते त्यातून त्यांना TRP किंवा राजकीय लाभ मिळणार नसतो. माफ करा, 'हाथरस' थोडं अधिक वाढलं कारण 'मुद्दा गरम आहे!' असो, टीव्हीवर दाखवणाऱ्या प्रत्येक प्रकरणाला राजकीय वळण लाभले असते, किंबहुना अशाच प्रकारचे मुद्दे ते उचलून धरत असतात. भारताच्या

सर्वांगीण प्रगतीसाठी, लोकशाहीला जिवंत ठेवण्यासाठी आणि लोककल्याणासाठीचे मुद्दे मीडियाने घेणे अपेक्षित आहे. पण याच्याशी कुणाचेही देणेघेणे नाही.

शिक्षण आणि आरोग्य व्यवस्थेवर असंख्य प्रश्नचिन्ह निर्माण झाले आहेत. बेरोजगारी नोकरी-व्यवसाय याला कधीच कोणताही राजकारणी मुद्दा बनवत नाही, फक्त कामापूरताच बेरोजगारी हा शब्द उच्चारला जातो. शिक्षण व्यवस्था सुधारणे म्हणजे नुसतेच विधेयक पारित करणे किंवा मंत्रालयात बसून निर्णय घेणे होत नाही. प्रत्यक्ष वाटून घेऊन कोणतेही काम देशात किंवा राज्यात केल्या जात नाही. या कोरोना साथीने भारतीय आरोग्य व्यवस्थेची त्रेधातिरपीट उडाली. आपण किती विकसित आहोत याची खरी जाणीव करून दिली. आता चव्हाट्यावर आलेली आरोग्य व्यवस्था पुन्हा नवीन आव्हान पेलू शकेल काय? तिला बळकट करण्याचे उपाय न शोधता भलतेच मुद्दे गरम करून घेतले जातात.

जात-धर्म आणि राजकारण आमचे आवडीचे विषय! इंग्रजांनी दीडशे वर्षे राज्य केले ते याच गोष्टी हेरून. पण आजही आम्ही त्यातून काहीच शिकलेलो नाहीत. टीव्ही चॅनेल्स आणि वृत्तपत्रे काही गोष्टी आपल्यावर थोपवतात, तुम्हाला काय बघायचे हे तुम्ही आजही ठरवू शकत नाही. ज्या मुद्द्याला राजकीय किनार आहे, नसल्यास लावली जाऊन ते पाहण्यास भाग पाडले जाते. चीन सीमाविवाद, कोरोना, सुशांत-कंगना, बॉलीवूड-ड्रग्स, विकास दुबे-हाथरस हे मुद्दे महत्त्वाचे आहेतच. पण संपादकांच्या महत्त्वाकांक्षेला अधिक महत्त्व दिले जाऊन फक्त 'कमावण्याचा' एकमेव उद्देश कितपत योग्य असावा? समाजमाध्यम आणि पत्रकारितेला लोकशाहीचा चौथा स्तंभ समजला जातो. खरंतर जे शासनकर्त्यांना आणि जनतेला दिसत नाही ते दाखविण्याचे काम मीडियाचे आहे. राज्यकर्त्यांसोबत अन्यायकर्त्यांवर अंकुश ठेवण्यासाठी, त्यांचे चुकीचे निर्णय आणि काळे धंदे उजेडात आणण्यासाठी पत्रकारितेचा वापर व्हायला हवा. सोबतच जन समस्येकडे लक्ष वेधने हेही कार्य असायला हवे. पण पत्रकारिता आता चाटुकारिता बनलीय. यांच्याच चॅनेलवर किंवा वृत्तपत्रात मुलाखती देऊन

आश्वासनांचा पूर आणणारा एखादा नेता निवडणूक जिंकून जेव्हा त्याच पत्रकारासमोर येतो. त्यावेळी तो पत्रकार त्या आश्वासनांना जाणीवपूर्वक विसरला असतो. शेतकरी कामगारवर्ग, युवकांच्या शिक्षण आणि रोजगार समस्या, व्यावसायिक-नोकरदारांच्या समस्या, शिक्षण-आरोग्य याविषयीच्या कुठल्याही मुद्द्याला एवढी किंमत दिली जात नाही. अनावधानाने एखादी बातमी दिलीच तरी त्यावर अपेक्षित चर्चा घडवून आणली जात नाही. आज अनेक वृत्तवाहिन्या आणि वृत्तपत्रे विशिष्ट पक्षाची पेरणी करताना दिसतात. स्वतःला बुद्धिजीवी समजणारे अनेक पत्रकार नेमून दिलेल्या पक्षाला किंवा समाजवर्गाला शिव्याशाप घालताना दिसून येतात. विशिष्ट पक्ष आणि त्यांच्या प्रमुखांना अरेरावीची अभद्र भाषा बोलतात. हीच असेल का ती 'मुद्द्यांची' पत्रकारिता?

गाव खेड्यापर्यंत, शेताच्या बांधावर, मजुरांच्या झोपडीत किंवा बेरोजगारांचा रस्त्यावरील आक्रोश ऐकायला हा मीडिया कधीच जात नाही. सदैव दुर्लक्षित असलेल्यांचे 'मुद्दे' कधीच गरम होत नाहीत. मग त्रासून आम्ही या मीडियाला किंवा हलकट राजकारण्यांना "भाडखाऊ" शिवी हासडून आपली समस्या मुद्दा न बनू देताच सोडून देतो.

"ना करते शोर शराबा तो और क्या करते?
तुम्हारे शहर में कुछ और काम काज भी हो ।
बदल रहे हैं कई आदमी दरिंदों में,
मरज़ पुराना है उसका नया इलाज भी हो ।"

6

एक होता अफगाणिस्तान

"उठ उठ के मस्जिदों से नमाज़ी चले गए,"

"दहशत-गरों के हाथ में इस्लाम रह गया." निदा फ़ाज़ली"

एकेश्वरवादाच्या नावावर धर्माचा बुरखा पांघरूण क्रूरतेला जन्माला घालणारे मुस्लिम असूच शकत नाही. जिहादला समोर करून आतंक माजवणाऱ्यांनी मध्य-पश्चिम आशियाला कित्येक दशकांपासून पोखरून टाकले आहे. अलीकडेच लोकशाहीच्या गाडीवर स्वार झालेल्या अफगाणिस्तानचे पाय तालिबान्यांनी खेचले आणि पुन्हा एकदा आपल्या कट्टर मनसुब्यांचा परिचय जगाला करून दिला. ज्या जमिनीवर दहशतवादाची पाळेमुळे रुजली, त्याला खतपाणी घालणारे शेजारी लाभले तो देश कसा काय आणि किती दिवस शांत राहू शकेल? धर्म आणि कट्टरतेचा मुलामा चढविलेल्या 'इस्लामिक एमिरेट्स ऑफ अफगाणिस्तान' च्या आधी फक्त 'अफगाणिस्तान' नावाचा एक देश होता हे पुढच्या पिढीला सांगण्याची जबाबदारी आपल्या सर्वांवर येऊन पडलीय. राजधानी काबूलसह संपूर्ण अफगाणिस्तानवर कब्जा केलेल्या तालिबान्यांची ही कहाणी अत्यंत भयावह अशीच आहे. या तालिबानचा

उद्देश काय? आंतरराष्ट्रीय स्तरावर सुरू असलेल्या शह-मातच्या खेळात कोण जिंकलं? कोण हरलं? परिणाम काय घडतील? पुन्हा एकदा विस्तारवादी ताकदीचा उदय होत आहे का? या प्रकरणातही भारताचे धोरण अलिप्ततावादाला अनुसरून असणार का? या प्रश्नांची उत्तरे मिळविण्याआधी तालिबानची पार्श्वभूमी जाणून घेऊयात.

पूर्वी तुर्कस्तानी, पर्शियन, युरोपीय व्यापारी आणि शासक याच अफगाणिस्तानच्या मार्गाने पूर्व दक्षिण आशियात विशेषतः भारतात अवतरत होते. साहजिकच या देशाने अनेक स्थित्यंतरे बघितली आहेत. १९१९ मध्ये इंग्रजांच्या तावडीतून सुटून १९७३ पर्यंत या देशाने आपला सुवर्णकाळ अनुभवला. तिथला शेवटचा राजा मोहम्मद जागिरशाह याने आधुनिकतेची कास धरून अफगाणिस्तानला पुन्हा एकदा वैभव प्राप्त करून दिले. १९७३ मध्ये राजेशाहीला पदच्युत करून प्रजासत्ताक अफगाणिस्थानची स्थापना झाली. मात्र यानंतरच्या काळात वेगवान घडामोडी येथे घडत गेल्या. अफगाण मुजाहिद्दीनने कम्युनिस्टांची सरकार उलथवून टाकली. यावेळी सोव्हिएत संघाने मदतीसाठी आपली सेना अफगाणिस्तानात धाडलेली होती. सोव्हिएत संघाला मात देण्यासाठी मुजाहिद्दीन ला नव्वदच्या दशकात अमेरिकी गुप्तहेर संघटनेने (CIA) पाकिस्तानच्या मदतीने शस्त्र आणि पैसा पुरवला. मुजाहिद्दीनच्या दहशतवाद्यांसोबतच्या प्रदीर्घ लढाईत सोव्हिएत संघाचे प्रचंड आर्थिक नुकसान झाले. यामुळे सोव्हिएत युनियन तुटली आणि १९८९ मध्ये ते माघारी परतले. सोव्हिएत संघांच्या पाडावाने गदगद झालेल्या अमेरिकेने तद्नंतर अफगाणिस्तानकडे लक्ष दिले नाही. याच काळात पाकिस्तानने अफगाणिस्तानातून आलेल्या निर्वासितांना आणि लढणाऱ्या सैनिकांना मदरशामध्ये इस्लामचे कट्टर शिक्षण आणि लष्करी प्रशिक्षण देणे सुरू केले. इस्लामिक शरियाचा पुरस्कर्ता 'मुजाहिद्दीन' कमांडर मुल्ला मोहम्मद उमर याने १९९४ मध्ये कंदहार येथे ५० सदस्यांची 'तालिबान' ही संघटना स्थापन केली. स्थानिक पश्तून भाषेत तालिबानचा अर्थ विद्यार्थी असा होतो. सोव्हिएत सेना परत गेल्यावर अफगाणिस्तानात गृहयुध्द परिस्थिती निर्माण झाली. वेळ ओळखून राजकीय, सामाजिक, आर्थिक परिवर्तन

घडवून आणण्याचे आश्वासन तालिबानने दिले आणि लोकांची मने जिंकण्याचा प्रयत्न केला. भूक, बेरोजगारी, भ्रष्टाचार, गुन्हेगारी आणि अस्थिरतेला कंटाळून बहुसंख्य अफगाणी नागरिकांनी तालिबानला पाठींबा दिला. या तालिबानने सुरुवातीला हेरात प्रांत, कंधार आणि देशाचा ग्रामीण भाग आपल्या अधिपत्याखाली आणला. शेवटी राजधानी काबूलवर कब्जा मिळवून राष्ट्रपती बुऱ्हानुद्दीन रब्बानी यांना सत्तेवरून हटविण्यात आले. १९९८ पर्यंत अवघे अफगाण राष्ट्र तालिबान्यांच्या नियंत्रणाखाली आले. बदलाच्या अपेक्षेने तालिबानी सत्तेचे जोरदार स्वागतही झाले. मात्र सत्तारूढ झाल्यावर तालिबानचा कट्टरवाद उफाळून आला. बुरसटलेले इस्लामिक कायदे आणि रुढीवादी नियमांचा पायंडा घालून दिल्या गेला. चोरी, अपहरण, हत्येच्या गुन्ह्यामध्ये भरचौकात गोळ्या झाडणे किंवा फाशी देण्याची शिक्षा दिली जाऊ लागली. पुरुषांनी लांब दाढी ठेवणे, महिलांनी बुरखा घालणे सक्तीचे करण्यात आले. पुरुषाविना स्त्रिया बाहेर पडू शकत नव्हत्या, स्त्रियांनी पुरुष डॉक्टर कडून उपचार घेणे निषिद्ध मानल्या गेले. मुलींच्या शिक्षणावरही बंदी आणण्यात आली. टीव्ही, संगीत यावरही संपूर्ण बंदी घातल्या गेली. एकंदर नव्या जगात नव्याने श्वास घेऊ पाहणाऱ्या अफगाणी जनतेची स्थिती 'आगीतून फुफाट्यात' पडल्यासारखी झाली होती.

मध्य-पश्चिम आशियाला आतंकवाद्यांचा गड बनविण्याचे काम तालिबानने केले. अल कायदा या इस्लामी जिहाद पुकारणाऱ्या दहशतवादी संघटनेने ११ सप्टेंबर २००१ रोजी अमेरिकेच्या वर्ल्ड ट्रेड सेंटर आणि पेंटागॉन टॉवरवर विमानहल्ला केला. या हल्ल्याचा मास्टरमाईंड ओसामा बिन लादेनला तालिबानचेच पाठबळ होते. चवताळलेल्या अमेरिकेने लगेच दोन महिन्यात अफगाणिस्तान वर हल्ले चढवून तालिबान्यांच्या सत्तेला सुरुंग लावला. तालिबान आणि अल कायदा या दहशतवादी संघटनांची पाळेमुळे खोदून नेस्तनाबूत करण्यात अमेरिकेला काहीसे यश आले. २००४ मध्ये अमेरिकेच्याच सहकार्याने अफगाणिस्तानात लोकशाही सरकार उभे राहिले. तद्नंतर २०२० पर्यंत अमेरिकन आर्मी अफगाणिस्तानात दहशतवादावर अंकुश

(?) ठेवून राहिली.

पाश्चिमात्य संस्कृतीचा सदैव तिरस्कार करणारी तालिबान संघटना याकाळात कमकुवत झाली मात्र तिचा पूर्णपणे बंदोबस्त अमेरिका करू शकली नाही. दहशतवाद्यांचे माहेरघर असलेल्या पाकिस्तानने छुपी मदत करून तालिबानला जिवंत ठेवण्याचे दुष्कर्म सुरूच ठेवले. तालिबान अमेरिकेच्या पाडावासाठी सदैव प्रयत्नरत होता. या काळात दोघांच्यात अनेकदा युद्धप्रसंग घडून आली. संयुक्त राष्ट्रसंघाच्या आकडेवारीनुसार २००९ ते २०२० या दरम्यान सुमारे १ लक्ष ११ हजार नागरिक आणि सैनिकांना प्राण गमवावे लागले. कित्येक शहरे बेचिराख झाली. अतोनात नुकसान झाले. एकट्या अमेरिकेला या युद्धात १०० अब्ज डॉलर इतका खर्च आला. प्रचंड प्रमाणात जीवित आणि वित्तहानी बघता अमेरिका आणि मित्र राष्ट्रांनी (NATO) दीर्घ वाटाघातीनंतर २९ फेब्रुवारी2020 रोजी तालिबानसोबत कतार देशाची राजधानी दोहा येथे एक करार केला. अमेरिका आणि मित्र राष्ट्रांची सैन्यसंख्या हळूहळू कमी करणे, अफगाण सरकारच्या तुरुंगात असलेल्या ५००० तालिबान्यांना सोडणे तसेच तालिबान कैदेत असणारे १००० नाटो व अफगाणी सैनिकांना मुक्त करणे, अल कायदा आणि तत्सम आतंकवादी संघटनांशी तालिबान संबंध ठेवणार नाही अथवा तालिबान नियंत्रित क्षेत्राचा दहशतवादी कारवायांसाठी वापर न करणे, राष्ट्राच्या पुनर्निर्माणासाठी अफगाण सरकारशी बोलणी करणे, सिजफायरचे उल्लंघन न करणे या प्रकारच्या साधारण अटी या करारात होत्या.

या तहानंतर अमेरिका आणि नाटो ज्याप्रकारे अफगाणिस्तानातून काढता पाय घेऊ लागली, तालिबानने संपूर्ण अफगाणिस्तानला ताब्यात घेण्याची प्रक्रिया सुरू केली. राजधानी काबूलला ताब्यात घेऊन आता एक स्वतंत्र सरकार स्थापन करण्याच्या हालचाली तालिबानकडून सुरू आहेत. या दरम्यान अफगाणी राष्ट्रपती अशरफ गनी यांनीसुद्धा साडे तीन कोटी नागरिकांना वाऱ्यावर सोडून देशातून पलायन केले. सद्य परिस्थितीत कमालीची अराजकता तेथे पसरली आहे. तालिबान्यांकडून होणाऱ्या हिंसाचाराला घाबरून अनेक नागरिक देश सोडून निर्वासित होत आहेत. प्रत्येक देश आपापले राजकीय दूतावास, कर्मचारी आणि

नागरिकांना स्वदेशात आणण्यासाठी सरसावले आहेत. सामान्य अफगाणी नागरिकांना जीव मुठीत घेऊन जगण्याशिवाय आता पर्याय उरलेला नाही. भारतीय महाद्वीपात दीडशे वर्षे राज्य करून ब्रिटनने भारत-पाकिस्तान दरम्यान फाळणीची जी रेषा ओढली, त्याचे परिणाम भारत आजही भोगतोय. अमेरिकेनेसुद्धा स्वतःचा स्वार्थ साधत वीस वर्षे लोकशाहीची स्वप्ने दाखवून अफगाणिस्तानला दहशतीच्या खाईत लोटले आहे. शस्त्र आणि हिंसेचा आधार घेत देश बळकावणाऱ्या तालिबान्यांवर विश्वास कोण ठेवणार? पुन्हा एकदा बुरसट कायद्यांना लागू करून नागरिकांचे पंख छाटण्यात येतीलच. आपल्या भविष्याचा कुठलाही अंदाज बांधू न शकणाऱ्या अफगाणी नागरिकांना आता फक्त 'खुदा के फरीश्ते'च वाचवू शकतात.

तालिबान देश बळकावून पहिल्यांदाच सत्तेत येत आहे असे मुळीच नाही. तालिबान जवळ ८५ हजार सदस्यांची सशस्त्र सेना असली तरी नागरिकांच्या पाठिंब्याशिवाय सत्ता हस्तगत करणे अशक्य आहे. इस्लामच्या कट्टरवादी काही समर्थक नागरिकांनी आताही तालिबान्यांच्या कृतीचे समर्थन केले आहेच. अफगाणिस्तानातील धर्मांध लोकांचा आणि अराजकता पसरविणाऱ्या 'भिकारी' पाकिस्तानचा आनंद गगनात मावेनासा झालाय. काबूलमध्ये तालिबानचा झेंडा फडकावून सत्ता स्थापनेच्या प्रकियेची सुरुवात होताच अमेरिकेचे अध्यक्ष जो बायडन यांनी आपल्या नाकर्तेपणाचा ठिकरा अशरफ गनी सरकारवर फोडलाय. म्हणजे अमेरिका आणि इतर विकसित देश फक्त त्यांच्या दूतावासातील कर्मचाऱ्यांना व मीडियाकर्मींना बाहेर काढण्याशिवाय कोणत्याही प्रकारची मदत अफगाणिस्तानला करणार नाहीत हे स्पष्ट झाले आहे. दोहा करारानुसार कुठल्याही दहशतवादी संघटनेला किंवा गटाला तालिबानच्या धरतीवर बंदी असणार आहे. मात्र तालिबान स्वतःच एक दहशतवादी संघटना असल्याने दहशतीला थारा मिळणारच नाही याची खात्री अमेरिकाही देऊ शकत नाही. जगात याप्रकारचे सत्तापालट आणि अराजक परिस्थिती खूपदा अनुभवल्या गेली असेल पण एवढ्या प्रचंड प्रमाणात बंदूक आणि तोफगोळ्यांच्या धाकावर सत्ता काबीज करणारे

तालिबानी कदाचित पहिलेच असतील. मुहम्मद पैगंबरांची शिकवण विसरून बंदुकीलाच खुदा मानणारे दहशतवादी आपल्या नागरिकांच्या जीवाचे कशाप्रकारे संरक्षण करतील याचा साधा अंदाजही बांधणे अशक्य आहे. आधुनिक जगात नागरिकांना त्यांचे अधिकार आणि स्वातंत्र्य बहाल करणे; परकीय शक्तींपासून नागरिकांचे संरक्षण करुन त्यांच्या गरजा भागवणे; शिक्षण, आरोग्य, व्यवसाय आणि रोजगाराच्या संधी मिळवून देणे, इतर देशांशी सलोखा निर्माण करून मानवतेचा पुरस्कार करणे या मूलतत्त्वांना लोकशाहीत महत्त्व असते. तालिबानने यापूर्वी या गोष्टी नाकारून 'शरिया कानून'चाच पुरस्कार केलेला आहे. आता मात्र अफगाणी नागरिकांना घाबरण्याचे कारण नाही किंवा त्यांच्या जीविताची हमी आम्ही देतो, हे तोंडभरून सांगणाऱ्या तालिबानची वाकडी शेपूट खरंच सरळ होईल का?

स्वार्थी अमेरिका स्वतःला 'जगाचे बॉस' समजत असले तरी तालिबानी आतंकवाद्यांसमोर हतबल झालेला दिसून येतो. चीन सोबत सुरू असलेल्या ट्रेडवॉरने आणि कोरोना वायरसने अमेरिकेच्या नाकी नऊ आणले आहे. पाकिस्तानची दुटप्पी भूमिका ओळखूनही मूठभर पाकिस्तानला साधी चपराक लावू शकत नाही, यापेक्षा मोठी शरमेची बाब कोणती असणार? भारताने सध्याच्या काळात अफगाणिस्तानात ३ अब्ज डॉलर इतकी मोठी गुंतवणूक केली आहे. हेरात प्रांतातील सलमा धरण, जरांज-डेलाराम महामार्ग, अफगाणिस्तान संसद भवन, स्टोअर महल, इंदिरा गांधी इन्स्टिट्यूट फॉर चाईल्ड हेल्थ, काबूलमध्ये पिण्याच्या पाण्याची व्यवस्था यासारखे प्रकल्प भारत हाताळतोय. पण या सत्तापालटाने भारताच्या गुंतवणुकीवर प्रश्नचिन्ह निर्माण झालेले आहेत. पाकिस्तान पुरस्कृत तालिबान भारताशी कसा वागेल याची कल्पना आधीच करून ठेवलेली बरी. विस्तारवादी धोरणाला चिकटून बसलेला चीन आणि प्रत्येकदा वाडगे घेऊन जगभर भीक मागत फिरणाऱ्या पाकिस्तानचे संबंध जगाला ठाऊक आहेत. आणि तसेही 'दुश्मन का दुश्मन दोस्त होता हैं' या म्हणीला अनुसरून अमेरिकेची जिरवायची संधी चीन कदापिही सोडणार नाही. त्यामुळे तालिबानचा हा पेच जगासाठी आता कायमची डोकेदुखी होऊन बसणार आहे.

अणुबॉम्बच्या अग्रावर विराजमान असणाऱ्या पृथ्वीसाठी तालिबानचा मुद्दा अतिशय महत्त्वाचा ठरतो. वसुधैव कुटुंबकमचा अंगीकार अपेक्षित असताना इस्लाम व्यतिरिक्त इतरांना 'काफिर' समजणाऱ्या दहशतवादी ताकदी रक्तरंजित क्रांती घडवायला निघालेल्या आहेत. अफगाणिस्तानात याआधीही शांतीचा परमोच्च संदेश देणाऱ्या भगवान बुद्धालाही या शक्तींनी सोडले नव्हते. युद्धाचा अनुभव जवळपास सर्वच देशांनी घेतलाय, विजय-पराजयाच्या पलीकडे मिळालेले घाव कधीच भरता येण्यासारखे नसतात. तालिबानच्या जिद्दीने झालेली माणसांची ससेहोलपट आणि देशाची वाताहत यासुद्धा कधीही भरून न निघणाऱ्या गोष्टी असतील. सत्ता मिळवून जनकल्याणासाठीचा विचार आणि कार्य करणारे पुढारी जगात बोटावर मोजता येतील इतकेच झाले. सत्तेसोबत अहंकारही सोबतीला येतोच. स्वतःचे अजेंडे राबवून समर्थकात महान बनण्याचा छंद प्रत्येकाला जडलाय. आधी तलवारीच्या बळावर आणि आता बंदुकीच्या जोरावर हे घडतंय. कधीही न उतरणारी धर्माची नशा हेसुध्दा हत्यारच मानावं लागेल. या हत्याराला आता त्यागून मानवतावादाचा पुरस्कार प्रत्येक देशाने करणे क्रमप्राप्त आहे. सामान्यांना भयभीत करून कोण आनंदी होत असेल? ही गोष्ट फक्त इस्लामसाठीच लागू होईल असे मुळीच नाही. शरिया, मनुस्मृती आणि तत्सम बाबी मानवाला अस्थिरता, विनाशाकडे घेऊन जात आहेत. राक्षसी प्रवृत्तीपासून दूर जाणेच या जगाला तारून नेणारे आहे.

आंधळं बनून स्वप्नरंजनात मश्गुल असलेल्या माणसाला आपल्यासारखेच कुणीतरी जगण्यासाठी धडपडतोय याची जाणीव व्हायला हवी. त्याला हात देऊन, आधार देऊन शांतीच्या दिशेने स्वतःसोबत चालायला प्रवृत्त करण्याचे प्रयत्न माणसाला आता करावे लागणार आहेत. पृथ्वीवरचा सर्वात बुद्धिमान प्राणी म्हणून ओळख असलेल्या माणसाने स्वतःच्या बुद्धीचा वापर इष्ट कार्यासाठीच करावा. मी, तुम्ही आणि ते, आपण सर्वच माणूस म्हणून जगतोय. हिरोशिमा, काश्मीर, सीरिया, तालिबान पुन्हा कधी घडू नयेत एवढी अक्कल सत्तेला आणि माणसांना यावी हीच अपेक्षा. नाहीतर आणखी

'एक होता अफगाणिस्तान' असे प्रकार घडतच राहतील.

जाताजाता समीर सावंताची प्रार्थना कायमची मेंदूत कोरली जावी.

"हीच अमुची प्रार्थना अन् हेच आमुचे मागणे,

माणसाने माणसांशी, माणसासम वागणे."

7

बंडखोरी

"'बंडखोर म्हणजे स्वामीत्वाच्या विरोधात जाणारा. निवडणुका जवळ आल्या की, या शब्दाचा भाव आपोआपच वधारतो. मतभेदामुळे अथवा निवडणुकीचे तिकीट न मिळाल्याने राजकारणी व्यक्ती पक्षांतर्गत बंडखोरी करतात. विरोध करणारे, पक्ष बदलणारे, आंदोलक किंवा क्रांती घडविण्याची इच्छा बाळगणारे हे सगळेच बंडखोर. मात्र इथे बंडखोरीचा अर्थ इतकाच मर्यादित नसावा."

"कुठलेच फुल आता मजला पसंत नाही
　कळते मला अरे! हा माझा वसंत नाही
　हा कालच्या विषाचा दिसतो नवीन प्याला
　समजू नकोस माझ्या फसण्यास अंत नाही."

कविवर्य सुरेश भटांच्या गझलेतील या ओळींच्या अर्थाप्रमाणे सामान्य माणूस सत्ताधारी आणि दुनियादारीच्या पेचात पुरता फसत जातो. नवीन आशा ठेवूनही प्रत्येकदा होणारा त्याचा हिरमोड त्याला आणखीनच मानसिकदृष्ट्या कमकुवत करीत जातो. अनेकदा व्यक्तींच्या मनात न्यूनगंडाची भावना निर्माण होते. कधीकधी या न्यूनगंडाची प्रबळता इतकी अधिक असते की, त्या व्यक्तीला

आत्महत्येखेरीज दुसरा मार्ग सुचत नाही. सत्ताधारी, भ्रष्ट आणि प्रस्थापित व्यवस्था, दुनियादारी या सर्वांपासून सुरु असलेला मनस्ताप सदोदीत सुरू असणार आहे. मग, हे असंच चालू द्यायचं का? यावर कुठलाच इलाज नाही? 'बंडखोरी" हाच त्यावरील अंतिम उपाय. कीड लागलेल्या प्रस्थापित व्यवस्थेच्या विरोधात, बुरसटलेल्या रांगड्या विचारांच्या विरोधात आणि बरबटलेल्या छिनाल समस्यांच्या विरोधात बंडखोरी करावीच लागेल.

'बंडखोरी' शब्द वरवर जरी नकारात्मक वाटत असला, तरी त्याची सकारात्मकता बंड करणाऱ्यावर अवलंबून असते. बंड शब्दाने, कृतीने अथवा शस्त्राने केले जाते. जग बदलण्याआधी स्वतःला बदलून पाहावे लागेल. वाईट किंवा नकारात्मक बोलणाऱ्याला पातळी न ओलांडता प्रेमपूर्वक, सन्मानजनक शब्दात उत्तर दिले तरी आपली बंडखोरी दर्शवता येते. ज्या व्यवस्थेपासून मनःस्ताप होतो त्यावर आक्षेप घ्यावाच लागेल. आपले हक्क पदरात पाडून घेण्यासाठी लढावं लागणार आहे. अशावेळी आपली कृती ही प्रशंसनीय असली पाहिजे. कदाचित आपल्या कृतीला बघून ती व्यवस्था चालविण्याचा चंग बांधलेल्या निगरगट्ट 'मक्तेदारांना' पाझर फुटेल.

अहिंसा ही वांझोटी असते यावर माझा ठाम विश्वास आहे. असे असले तरी हिंसेचे समर्थन करणे चुकीचे ठरावे. तलवारी, बंदूका, बॉम्ब आणि इतर विध्वंसक उपकरणाच्या साहाय्याने प्रतिरोध करणे किंवा लढणे याला विपरीत बुद्धीने घडविलेला विनाश म्हणता येईल. हेतू जरी शुद्ध असला तरी वाममार्गाने भरकटलेल्या विचारधारेचं ज्वलंत उदाहरण म्हणजे नक्षलवादी चळवळ. विस्तारवादी धोरण, सत्ता हस्तगत करण्यासाठी किंवा नुसतीच दहशत पसरविण्यासाठी अनेक देशांच्या सेना, आतंकवादी संघटने व व्यक्ती आज शस्त्रांचा वापर करीत आहेत. या समाजकंटकांनी निश्चित केलेला हा मार्ग विश्वाला दुःख आणि विनाशाच्या गर्तेत लोटण्यासाठीच आहे. आपल्या बंडखोरीसाठी अपेक्षित असलेले शस्त्र म्हणजे ज्ञानावलोकन आणि लेखन. नैतिक, व्यवहार्य शिक्षण घेतल्याने माणसात समजूतदारपणा येत असतो. माणुसकीची पाळेमुळे जपण्यासाठी आणि सकारात्मक बदल घडवून

आणण्यासाठी या समजदारीला महत्त्व देणे गरजेचे आहे. मात्र ती समजदारी एकांगी नसावी.

धर्म आणि त्याचा ईश्वर माणसांनीच निर्माण केला. स्वतःच्या स्वार्थासाठी. कधीकाळी त्याचा स्वार्थ, उद्देश चांगला असेलही. पण आज धर्मांधतेने आणि कट्टरतेने कळस गाठलाय. हिंसा, द्वेष, असूया कोणत्याही धर्माची शिकवण नाही. तरीसुद्धा धर्माच्या नावावर माणसांच्या वाटण्या होत आहेत. जगातल्या प्रत्येक धर्माचे स्वयंघोषित अनुयायी 'माझा धर्म, माझी आस्था' म्हणत दुसऱ्यांना दुषणे देत दंगली घडवून आणताहेत. दगडफेक करून आपल्या अल्पबुद्धीचा परिचय करून देत आहेत. संस्कृती आणि विचारात कुठलीही समानता नसताना फक्त विरोधाचा विरोध करू पाहणारे 'तृतीयपंथी' नको तिथे तोंड घालताना दिसतात. जात-धर्माची रोज आठवण करून देणारे उच्चविद्याविभुषित नीच बुद्धिजीवी भाषणे ठोकून आणि सोशल मिडीयाचा वापर करून फक्त दुफळी माजवत आहेत. या न पटण्याजोग्या धर्मांधतेला, जातीव्यवस्थेला कायमचे मिटविण्यासाठी बंडखोरीवाचून पर्याय नाही.

भारत हा लोकशाहीचा पुरस्कर्ता. नावात जरी 'लोक' असला तरी 'शाही' थाट हा फक्त उच्चभ्रू, गर्भश्रीमंत आणि राजकारण्यांचा असतो. सामान्य जनतेचे प्रश्न सुटावेत आणि प्रशासन व्यवस्था अबाधित राहावी यासाठी संविधानामार्फत केलेली तजवीज म्हणजे लोकप्रतिनिधी निवड. मात्र हे निवडलेले प्रतिनिधी सत्ताकारणात इतके मश्गूल होतात की, त्याला राजकारण म्हणावे की भ्रष्टकारण हा सामान्यांना प्रश्न पडतो. मतदारसंघाचा, राज्याचा, देशाचा विकास हे शब्द पाठ करून स्वतःचा आणि गणगोतांचा विकास करण्यातच यांची कारकीर्द समाप्त होत असते. या सत्तापिपासू भ्रष्ट राजकारण्यांना वटणीवर आणण्यासाठी परोपकारी, निष्ठावंत 'माणसांची' गरज आहे. त्यांना शोधण्यासाठी मात्र बंडखोरी करावीच लागेल.

प्रसारमाध्यमांना लोकशाहीचा चौथा स्तंभ म्हटल्या जाते. आधुनिक जगात या माध्यमांचे स्वरूप बदलत आहे. झटपट आणि अधिक लोकांपर्यंत संदेश अथवा बातम्या पोहचविणे शक्य झाले ते

तंत्रज्ञानामुळेच. पण यासोबत त्या माध्यमांची विश्वासार्हता मात्र कमी झालेली दिसते. त्याच मीठमसाला लावलेल्या अजेंडाधारी बातम्या बघून मन खिन्न होते. विशिष्ट राजकीय कल असलेले वृत्तपत्रे, टीव्ही चॅनेल्स त्यांना अपेक्षित अशाच बातम्या किंवा वृत्तांकन करीत असतात. यात सामान्य व्यक्तीला कुठलेही स्थान नाही. स्मार्टफोन्स मध्ये नव्याने दाखल झालेली समाजमाध्यमे तर 'बात का बतंगड' करण्यासाठीच उपलब्ध असावीत. प्रसारमाध्यमे आणि समाजमाध्यमे यांचा अतिरेक ही आजची सर्वात मोठी समस्या आहे. या समस्येला लाथाडायचे असेल तर बंडखोरी हाच उपाय दिसतो.

शेजारी देश श्रीलंका आणि पाकिस्तान आर्थिकदृष्ट्या पूर्णपणे नेस्तनाबूत झालेले आहेत. भारतावर ही परिस्थिती ओढवणारच नाही याची खात्री कोण देऊ शकेल? विकासकामांच्या नावावर घेतलेले कर्ज महाराष्ट्रासह अनेक राज्यांना पेलविता येण्यासारखे नाही. सरकारी संस्थांचे खाजगीकरण आणि बाजारीकरण यामुळे देशातली संपत्ती विदेशी ताकदीच्या हातात जाण्याचीच भीती अधिक आहे. सरकारने कमावलेल्या रुपयाला खर्चासाठी आधीच शंभर वाटा फुटलेल्या असतात. मग गंगाजळीला भरण्यासाठी शिल्लक उरतेच कुठे? या मोसमात महागाईने उच्चांक गाठलाय. संपूर्ण जग त्याचा सामना करतोय. विकसनशील हा ठप्पा लागलेल्या भारताला त्याचा सर्वाधिक फटका बसतोय. सरकारची आर्थिक धोरणे, महागाईवरील नियंत्रण या बाबी सकारात्मक करून घेण्यासाठी प्रस्थापितांना वाटाण्याच्या अक्षता देऊन त्याविरोधात बंडखोरी करण्याशिवाय गत्यंतर नाही.

शिक्षण आणि आरोग्य ह्या माणसांच्या मूलभूत गरजा ठराव्यात. मात्र या गरजा आज भारतातील मुख्य समस्या झालेल्या आहेत. पहिल्याच कोरोना लाटेत आपल्या आरोग्य सुविधा जगासमोर उघड्या पडल्या. आज सरकारी इस्पितळात दहादा चकरा मारूनही रामबाण इलाज होत नाही. खाजगी दवाखाने शुल्लक आजारावर फक्त पैशासाठी माणसे कापायला मागेपुढे पाहत नाहीत. ग्रामीण भागातली स्थिती अत्यंत भयावह आहे. आजार, दवाखाने आणि सुविधा हा गोंधळ सामान्यांच्या माथी मारलेला आहेच.

आज शाळेत जाण्याला शिक्षण म्हटले जाते. विद्यार्थी शिक्षण तर घेतो मात्र त्याचे उपयोजन क्वचितच केल्या जाते. या पिढीतील भरमसाठ गुण मिळवणारे विद्यार्थी दुनियादारीच्या अनुभवाला मुकलेले दिसून येतात. निव्वळ पुस्तकी ज्ञान देणाऱ्या शाळा कॉलेजेसना फक्त उत्तम निकाल लागावा हीच अपेक्षा असते. इथूनच शिक्षणाची उतरती कळा सुरू झालेली आहे. सामान्यांना शिक्षणाची वाट उपलब्ध करून देणाऱ्या सरकारी शाळा बंद पडत आहेत. नुसताच दिखावा करणाऱ्या खाजगी शैक्षणिक संस्था व त्यांचे 'संस्थानिक' यांनी शिक्षणाची परिभाषाच बदललेली दिसते. कोचिंगच्या नावावर काढलेले उद्योगधंदे मात्र जोमात सुरू आहेत. आरोग्य आणि शिक्षण भारताच्या पाचवीला पूजलेली समस्या. यातही बदल घडू शकतो. मात्र त्यासाठी प्रत्येकाची प्रयत्नपूर्वक बंडखोरी अपेक्षित आहे.

समाजाची पर्यायाने देशाची वैचारिक प्रगल्भता तपासायची असेल तर तिथल्या साहित्य, संस्कृती आणि इतिहासाची ओळख करून घ्यावी लागेल. इथे मात्र तोचतोचपणा मिरविणाऱ्या साहित्यिक मंडळींनी साहित्याचे विद्रुपीकरण करण्यातच धन्यता मानलेली आहे. इथे सर्वकाही विकल्या जाते. पैशासाठी आणि सत्तेसाठी स्वतःच्या विचारांना गहाण ठेवणाऱ्या ढोरवजा माणसांकडून कुठली अपेक्षा ठेवायची? पाश्चिमात्य संस्कृती पूर्णतः वाईट आहे असे मुळीच नाही. पण आज त्याही पुढे जाऊन जो 'नंगानाच' केल्या जातोय तो मात्र माना खाली घालवायला पुरेसा आहे. पोकळ पुरावे देऊन इतिहास बदलण्याची स्पर्धाच आरंभलीय. इथे महापुरुषांची जात धर्म बघून आपले आदर्श ठरविले जातात. मग अपेक्षित असे बदल करून तोच आपला इतिहास हे लादण्याचे निंदनीय कार्य स्वातंत्र्योत्तर काळात स्वतःला अभ्यासक, तज्ज्ञ म्हणवणारे महाभाग सातत्याने करीत आहेत. या सर्वांच्या विरोधात बंड करणे आता आवश्यक ठरते.

सगळीकडे नुसती गर्दीच गर्दी. लोकसंख्या वाढीसोबत तंत्रज्ञानानेही प्रगती केली. साहजिकच दहा व्यक्तींचे कार्य एक संगणक, मशीन करू लागलीय. याचा नकारात्मक प्रभाव रोजगार सृजनतेवर झालेला दिसून येतो. बेरोजगारीने भारतातला तरुण होरपळून निघतोय. उच्चशिक्षित

असलेला तरुण नोकरीसाठी आणि त्यामानाने कमी शिक्षण घेतलेला हाताला काम मिळावं यासाठी चपला घासतोय. नुसत्या आश्वासनाशिवाय त्या तरुणांना काही एक मिळत नाही. परिणामी गुन्हेगारी आणि व्यसनाधिनता वाढीस लागली आहे. या तरुणाईत आता दोन गट पडलेले दिसून येतील. सतरंज्या उचलून भाऊ, दादा, साहेब एवढाच जप करणारा पहिला गट. या तरुणांच्या उरावर बसून यांचे साहेब मात्र यांचीच चामडी सोलून खात आहेत. ही कल्पना त्यांना नसावी कदाचित. दुसरा गट, या व्यवस्थेचे काहीएक होऊ शकत नाही म्हणून दुर्लक्ष करणारे, ढोरासारखे राबणारे, ढुंगणाची कातडी निघेपर्यंत वाचनालयातील टेबल झीजवणारे. उद्याच्या विचाराने खंगून आणि झुरुन मरत आहेत. वयाने तरुण असणारे बहुतेक आज मात्र बालबुद्धीचे वाटतात. तरुणांचेही दिवस पालटू शकतात. त्यासाठी लाथ मारून व्यवस्था हालविण्याची बंडखोरी मात्र करावी लागेल.

भारतात सर्वात अभागी कुणी असेल तर तो शेतकरी. 'इकडे आड तिकडे विहीर' अशी त्याची व्यथा. रोजरोज मरूनही तो जगतो. कुणासाठी? कुटुंबासाठी तर मुळीच नाही. तो पोशिंदा जगतोय फक्त देशासाठी. म्हणे, आमचा देश कृषिप्रधान आहे. खतांचा तुटवडा, नकली बियाणे, विजेचे भारनियमन, कर्जाचे हप्ते, दुष्काळ, अतिवृष्टी आणि शेवटी काही पीक हातात आलं तरी बाजारभाव कमी. तो फास लावून घ्यायला खुशाल मोकळा होतो. या सर्व समस्या शेतकऱ्यांच्या भाळी लिहिल्यात. शेतकऱ्यांच्या नावावर राजकीय पीक घेणाऱ्यांची मात्र चलती आहे. बिचारा शेतकरी बंडखोरी तरी करू शकेल काय? आठ हत्तीचं बळ संचारून शेती कसू शकणाऱ्या शेतकऱ्यांसाठी हे अशक्य नाही. फक्त त्याची इच्छाशक्ती प्रबळ हवी.

दिवसभर ढोरमेहनत करून शेठ, सावकार, मालकांना पोसणारे मजूर, कामगार हा कायम दुर्लक्षित गट आहे. असंघटितपणा हा यांचा खरा शत्रू. हे दिवसभरात दहा-बारा, पंधरा तास कष्ट करून व्यवसाय उद्योगधंद्याचा डोलारा आपल्या खांद्यावर सांभाळतात. तरीसुद्धा गरीब सामान्य असलेल्या या मजूर कामगारांना अपेक्षित मोबदला आणि सन्मान कधीच मिळत नाही. नुसतेच कायदे बनवून शून्य

अंमलबजावणी करणाऱ्या सरकारांना हे दिसतही नाही. बोलणे आणि लिहिणे यांना जमत नसले तरी थोडीशी कीव येऊन यांच्यासाठी बंडखोरी करणे गरजेचे आहे. साथ देण्यासाठी ते पाठीशी उभे राहतीलच.

मानवाच्या उत्पत्तीपासून आजतागायत जितके बदल घडून आले. ते सर्व त्याने केलेल्या बंडखोरीमुळेच. समस्या इतक्या आहेत की, नुसत्या विचारांनी मन उद्विग्न व्हावे. मग जसं चालू आहे तसेच चालू द्या, आपणांस काय एवढे येऊन पडले? असा विचार करणारे ज्या ठिकाणी आहेत त्याच ठिकाणी राहतील. पाठीवर बरसणाऱ्या काठीच्या भीतीने खाली माना घालून गुरांच्या कळपागत चालत राहून कुठला बदल घडून येईल? नुसत्या व्यवस्थेला दोष देण्यात आता अर्थ नाही. खाली घातलेली मान वर उचलणे ही काळाची गरज आहे. काठी उगारणाऱ्यांवर त्वेषाने चालून जाऊन त्याला पायउतार केल्याशिवाय व्यवस्था अपेक्षितरित्या बदलता येणार नाही. आपल्याला जे दाखवलं जातं ते केवळ मृगजळ आहे. वैशाख महिन्यात खोलात गेलेल्या विहिरीसारखी दशा आपली झालीय. गाढवावर लादलेल्या ओझ्याप्रमाणेच आपल्यावरही काही लादले जात आहे याची सामान्य व्यक्तींना बहुतांशी जाणीव नसावी. जाणीव करून घ्यायचीच असेल तर शिक्षण आणि समजूतदारपणा अवलंब करावा लागणार आहे.

माणसाला माणूस म्हणून जगवायचे असेल तर बंडखोरी हाच एकमेव पर्याय दिसतो. एकदा झालेला बदल कायम स्वरूपात असतो या पूर्वग्रहातून बाहेर पडावे लागेल. शिवरायांनी स्वराज्यासाठी लढलेली लढाई ही बंडखोरीच होती. स्त्रित्वाचे कुठलेही अस्तित्व नसताना त्याकाळी "डोईचा पदर आला खांद्यावरी, भरल्या बाजारी जाईन मी." असे म्हणत संत जनाबाईंनी सुद्धा बंडखोरीच केली. भक्तीच्या मार्गातून संतांनी त्या काळच्या प्रस्थापितांना न जुमानता समाजप्रबोधन केले. ती सुद्धा बंडखोरीच होती. गुलामगिरीचा आसूड फेकून देत शिक्षणाचं महत्त्व पटवून देणाऱ्या फुले दांपत्यानी जे केलं ते सुद्धा बंडच होतं. हजारो वर्षांपासून लादल्या गेलेल्या अमानवी प्रथांना झुगारत संविधानाद्वारे हक्क मिळवून देणाऱ्या डॉ. आंबेडकरांनी जे केलं तीही बंडखोरीच होती. आजचा काळ बदललाय. समस्याही बदलल्या.

स्वरूपात बदल होऊन चालत असलेली जुलूम जबरदस्ती मात्र त्याच प्रकारची आहे.

व्यवस्था बदलणे हे एकट्या दुकट्याचे काम नाही. मात्र इतरांची वाट न बघता स्वतःपासूनच सुरुवात केलेली बरी. एकांगी विचार मनातून काढून घेऊन सारासार विचार केला तरच त्या समस्यांची जाणीव होईल. बंडखोरी करायची म्हणजे हिंसेला थारा द्यायचा असे वाटून घेण्याची गरज नाही. आजपर्यंत चालत आलोय ती वाट आपली नव्हे! हा समजूतदारपणा अंगी आणून मार्ग बदलणे हीच आपली बंडखोरी असावी. चांगलं-वाईट, धर्म-अधर्म, नैतिक-अनैतिकता यातून आपल्या आणि समाजाच्या भल्यासाठी जे गरजेचे आहे ते ओळखणे आणि त्यासाठीच झटणे हा सुद्धा आपल्यासाठी बंडखोरीचा मार्ग ठरावा. त्यासाठी संविधानाने दिलेल्या अधिकारांचा पुरेपूर वापर करावा लागेल.

ते जात-धर्मावरून मने पेटवतील. आपण मात्र माणुसकीला धर्म मानायचा. गरिबी, बेरोजगारी, विषमता आणि तत्सम समस्यांवर ते बोलणार नाहीत. आपण मात्र त्या मुद्द्यावरून त्यांना सडोपडो करून सोडायचं.

"दारात दुःखीतांच्या मी शब्द मागणारा
तितकी अजून माझी कीर्ती दिगंत नाही
मी रंग पाहिला ह्या मुर्दाड मैफलीचा
कुठल्याच काळजाचा ठोका जिवंत नाही".

जीवनाच्या या मुर्दाड मैफलीत आपला विचार कुणीच करणार नाही. पण आपल्यातला चांगुलपणा आणि समजूतदारपणा आपण सोडायचा नाही. इथे सर्व काही विकल्या जाते. थोर मोठे म्हणवून घेणारेही विकल्या गेलेत. आपण मात्र आपली बोली लागू द्यायची नाही. मी कीर्तीवंत नसलो तरीही, त्यांच्या समोर शून्य असलो तरीही, दुःखीतांसाठी शब्दाने; कृतीने आणि समजदारीच्या, लेखणीच्या शस्त्राने माझी बंडखोरी सुरूच ठेवणार आहे. तुमचं काय? ते तुम्ही ठरवा!

8

जीर्ण : मराठी शाळा आणि शिक्षण

"जून, दीर्घ सुटीनंतर शाळा सुरु होण्याचा महिना. पुन्हा एकदा शाळांत तीच किलबिल नव्याने ऐकायला मिळणार आहे. नर्सरी, केजी, पहिल्या वर्गात पाल्यांना दाखल करून घेण्यासाठी बहुतेक पालकांनी कित्येक शाळांचे उंबरठे झीजवले असतील. इंग्रजी माध्यमांच्या शाळांची फॅशन आहे सध्या. जास्त फी, मोठा दिखावा, भव्य इमारत, सुटसुटीत पोशाख आणि अस्खलीत इंग्लिशला भाळून आपलाही पाल्य तेथेच शिकावा अशी इच्छा बहुतेकांची असते. याच कारणास्तव इंग्रजी माध्यमांच्या शाळांची आणि विद्यार्थ्यांची संख्या दरवर्षी वाढत आहे. तर मराठी शाळा विद्यार्थ्यांच्या अभावी बंद पडत आहेत. जीर्ण झालेल्या मराठी शाळा आणि मराठी शिक्षणाला लागलेली उतरती कळा ही सद्यस्थितीतील महत्त्वाची समस्या ठरते."

शिक्षण हा विषय संविधानात समवर्ती सूचीत असल्याने राज्य आणि केंद्र सरकार आपापल्या परीने कायदे, धोरणे नियमितपणे ठरवत असतात. नवीन शैक्षणिक धोरणानुसार शिक्षक निश्चितीच्या निकषामुळे २० पेक्षा कमी पटसंख्या असलेल्या शाळा आता बंद होण्याच्या मार्गांवर आहेत. या शाळांचे समायोजन करण्याखेरीज कोणताही पर्याय नाही. सर्वांसाठी शिक्षण, मोफत शिक्षण आणि शिक्षण म्हणजे मूलभूत अधिकार याची जाहिरात करणाऱ्या सरकारांना, शिक्षणतज्ज्ञाना बंद होत असलेल्या शाळा बघून जराशीही लाज वाटत नसेल का?

चांगले शिक्षण ही जगातील सर्वोत्तम गुंतवणूक आहे. पण महाराष्ट्रात आतापर्यंतच्या कुठल्याही सरकारला यात रस नव्हता. कदाचित शिक्षण विभागात 'मलाई' नसल्याने या दुय्यम मुद्याकडे लक्ष द्यायला वेळ नसेल! शाळा बंद झाल्या म्हणून काय झाले? विद्यार्थी शिकत तर आहेत ना. उच्च दर्जाचे (?) इंग्रजी शिक्षण देणाऱ्या शाळांना मान्यता देऊन, गल्लोगली 'कॉन्व्हेंट' उभे करून शिक्षणाचे सार्वत्रिकीकरण तर होतच आहे. मग काय करायचे त्या जीर्ण मराठी शाळांचे? मागील दहा वर्षांपासून वर्तमानपत्रात अमुक, इतक्या सरकारी मराठी शाळा बंद झाल्याच्या बातम्या नियमित येतात. पण त्या गोष्टीला फारसे कुणी गांभीर्याने घेत नाही. सरकारही दोन-चार विद्यार्थ्यांसाठी उगाच कशाला खर्च म्हणून त्या शाळांचे पुनरुज्जीवन करण्याऐवजी त्यांचे समायोजन करीत आहे.

महाराष्ट्रात मराठीच बोलली जावी, दुकानाच्या पाट्या मराठीतूनच असाव्यात. ज्ञानेश्वरांची मराठी, शिवरायांची मराठी. फक्त मराठीचा आग्रह धरण्यासाठी आणि प्रसिद्धीपुरताच डोक्यावर घेण्यासाठी राजकीय पक्ष, इतर सामाजिक संघटनांना मराठी आठवत असते. शिवसेनेचा जन्म मुळात या मुद्यावरून झालाय. पण कित्येक वर्षे सत्तेत असूनसुद्धा मराठी भाषेच्या, शिक्षणाच्या आणि शाळांच्या मुद्यांची विल्हेवाट लागली नाही. मराठी–अमराठी असा भाषिक वाद निर्माण करणारे प्रादेशिक पक्ष, मतपेटीवर डोळा ठेवून मराठीचा उगाच गौरव करणारे राष्ट्रीय पक्ष आणि संघटनांचे पदाधिकारीच आपल्या

पाल्यांना नामवंत इंग्रजी माध्यमांच्या शाळांतून शिक्षण देतात.

मराठीचा मुद्दा घेऊन शिवसेनेतून बाहेर पडलेल्या महाराष्ट्र नवनिर्माण सेनेने (MNS) पक्षस्थापनेच्या आठ वर्षानंतर सप्टेंबर २०१४ मध्ये (संदर्भ- 'महाराष्ट्र विकास आराखडा' blue print) आणला. यामध्ये महाराष्ट्राचा विकास, मराठी भाषेचे संवर्धन आणि मराठी शाळा–शिक्षण टिकवण्यासाठी अनेक मुद्दयावर विवेचन केले आहे.

मनसे आराखड्यातील महत्त्वाच्या कल्पना,मराठी भाषा स्वतंत्र विद्यापीठाची स्थापना. पदवी पर्यंतचे शिक्षण मराठीतून घेण्याची सोय, प्राथमिक शाळांच्या अभ्यासक्रमामध्ये मराठी भाषा–कला–साहित्य–संस्कृती यामध्ये शिष्यवृत्ती, संशोधनाच्या संधी, जागतिक पातळीवर मराठी साहित्य–संस्कृती संशोधनासाठी परदेशी विद्यापीठांशी संधान, मराठी माध्यमांच्या ज्ञानकेंद्राना प्रोत्साहन.

रोजगाराच्या संधी उपलब्ध करणे.

प्राथमिक शिक्षण मराठीतूनच द्यावे या मुद्द्यावर जोर देणाऱ्या मनसेने आपल्या आराखड्यातील कोणत्या गोष्टी पूर्णत्वास नेल्या? मनसे स्टाईलचे आंदोलन आणि राजसाहेबांची भाषण शैली संपूर्ण भारतात प्रसिद्ध आहे. पण आराखड्याच्या आठ वर्षानंतरही सरकार दरबारी याविषयी कुठलीही मागणी किंवा आंदोलन नाही!

मराठी माणूस जगाच्या कानाकोपऱ्यात पोहचलाय. इंग्रजीवर प्रभुत्व मिळवून सुद्धा त्याचे मराठीवरील प्रेम तसुभरही कमी झालेले नाही. आपली मराठी हीच ओळख कायम राहावी म्हणून न्यूजर्सीतील ब्रुन्सवीक येथे १९९३ मध्ये (संदर्भ- साऊथ ब्रुन्सवीक मराठी शाळेची स्थापना) मराठी जनांनी केली. ५ ते १८ वयोगटातील विद्यार्थ्यांसाठी येथे दर रविवारी ऑनलाईन शाळा भरवली जाते. (संदर्भ- महाराष्ट्र मंडळ, लॉस एंजेलीस तर्फे) सातासमुद्रापार अमेरिकेत आजही मराठी शाळा चालवल्या जात आहेत. आपली मराठी भाषा–संस्कृतीचे जतन व्हावे. किंबहुना लहानग्यांना प्राथमिक शिक्षण मातृभाषेतूनच द्यावे. पुढील पिढीला मराठी भाषा अवगत व्हावी. हे उद्देश ठेऊन (संदर्भ- ओटावा मराठी मंडळातर्फे) कॅनडात मराठी शाळा चालवल्या जात आहेत. आपली भाषा–संस्कृती टिकावी, आपलं वेगळेपण विदेशातही

दिसावं यासाठी प्रवासी मराठी भारतीय अनेक प्रकारे प्रयत्न करीत आहेत आणि त्यात ते यशस्वी सुद्धा होत आहेत. पण आम्हाला मात्र महाराष्ट्रात राहून सुद्धा इंग्रजीच्या भुताने पछाडलं आहे.

महाराष्ट्रात मुंबई, पुणे, नागपूर, नाशिक, औरंगाबाद यासारख्या मोठ्या शहरातील मनपाच्या मराठी शाळा पूर्णतः ओस पडल्या आहेत किंवा बंद तरी झाल्या आहेत. इंग्रजी कॉन्व्हेंटचे पेव आता ग्रामीण भागातही फुटलेले दिसून येते. पालकांचा ओढा इंग्रजी माध्यमाकडेच जास्त दिसतो. इंग्रजी माध्यमातून शिकल्याने उच्चशिक्षण आणि नोकरीसाठी मदत होते. इंग्रजीतून शिक्षण म्हणजेच गुणवत्तापूर्ण शिक्षण हा गोड गैरसमज सर्व मराठी पालकात घर करून बसलाय. शाळा आणि शिक्षणाला एक प्रकारचा 'धंदा' म्हणून यश लाभत आहे. पैसा कमवायचा असेल तर व्यावसायिकता हवी. कर्ज घेऊन मोठ्या इमारती, भौतिक सुविधा यांची रेलचेल करून जाहिरातबाजी आणि पालकांना आकर्षित करण्याचे प्रयत्न केले जातात. लोकही मग आपला 'स्टँडर्ड' जपण्यासाठी मराठी या त्यांच्यासाठी तुच्छ असलेल्या भाषेचा त्याग करून इंग्रजी माध्यमाकडे वळतात. प्रत्येक पालकांचे स्वप्न असते. आपल्या पाल्याने मॅथ, सायन्स आणि इंग्लिशमध्ये प्रावीण्य मिळवावे. त्याने अस्खलितपणे इंग्रजी बोलावे. जगासोबत आपणही समोर जावं. पण मराठी शाळा त्या पालकांच्या गरजा पूर्ण करण्यात सध्यातरी अयशस्वी दिसत आहेत.

मराठी शाळांतील पटसंख्या मागील बारा वर्षात ७० टक्क्यांनी घटलेली आहे. सोबतच हजारो मराठी शाळा बंद झालेल्या आहेत. याला जबाबदार कोण? सरकारी अनास्था, शिक्षण विभाग, अधिकारी व तज्ज्ञ आणि मराठी पालक हे सर्वच या गुन्ह्याचे दोषी ठरावेत. शाळांचा दर्जा उंचावण्यासाठी सरकारचे प्रयत्न तोकडे ठरत आहेत. शिक्षकांची पदभरती, भौतिक सोयी–सुविधासाठी वेतनेत्तर अनुदान, चतुर्थ श्रेणी कर्मचाऱ्यांच्या नेमणुका यासारख्या गरजेच्या बाबींवर सरकार कधीच लक्ष देत नाही. मराठीतून गुणवत्तापूर्ण शिक्षण आणि पालकांचा आत्मविश्वास निर्माण करण्यात शिक्षण विभाग, अधिकारी, शिक्षक सातत्याने अपयशी ठरत आहेत. आपल्याच मातृभाषेतून लिहायला,

वाचायला आणि बोलायला कमीपणा वाटून घेणारा पालकही तितकाच जबाबदार ठरतो. पाश्चिमात्यांचे दाखले देताना कसलीही लाज न बाळगणारा पालकच जर मराठी शिक्षणाला हीन दर्जाचे मानत असेल तर मग मराठीचे कठीण आहे.

शिक्षणाचे माध्यम कोणते असावे यावर नेहमी चर्चा केली जाते. बालकांची बुद्धिमत्ता कळण्याकरिता शिक्षणाला मातृभाषेशिवाय पर्याय नाही. मातृभाषेतून घेतलेले शिक्षण पूर्णतः आकलनक्षम असते. म्हणून विद्यार्थ्यांचा प्राथमिक पाया हा मराठीच बांधला जावा. प्राथमिक शिक्षणानंतर संपूर्ण शिक्षण मराठीतून घेणे तांत्रिकदृष्ट्या सध्यातरी शक्य नाही. त्यामुळे सेमी इंग्रजी हा त्यावरील सर्वोत्तम उपाय आहे. सेमी म्हणजेच (संदर्भ- बायलिन्ग्युअल शिक्षण पद्धती) (Bilingual Education) जगात शिक्षण क्षेत्रात अग्रेसर असलेले अनेक देश याच व्दिभाषिक पद्धतीचा वापर करतात. साधारणतः प्राथमिक शिक्षणाच्या टप्प्यानंतर गणित आणि विज्ञानासाठी याचा चांगल्या प्रकारे उपयोग होऊ शकतो. सेमी हा मराठी माध्यमाचाच एक प्रकार आहे.

अनेक शिक्षणतज्ज्ञ मातृभाषेतून, मराठीतून शिक्षणाला महत्त्व देत आहेत. बहुतांशी त्यांची मते ग्राह्य धरून अनेक सुशिक्षितांनी आपल्या पाल्यांना मराठी माध्यमातून शिक्षण देण्याची तसदी घेतलेली आहे. मात्र यांचे प्रमाण अगदीच अत्यल्प आहे.

प्रा. हरी नरके यांचे मराठी शाळा आणि शिक्षणाविषयीचे विचार :

"संस्कृतीकरणाच्या सिद्धांतानुसार सगळे खालचे जातवर्ग वरच्यांचे अनुकरण करतात. साहजिकच वरच्या वर्गातील मुले इंग्रजी माध्यमात जात असताना इतरही आपल्या मुलांना इंग्रजी माध्यमातून शिकवण्याचा अट्टाहास करतात."

मराठी शाळा ओस पडताहेत कारण इंग्रजीला प्रतिष्ठा आहे. आपला पाल्य इंग्रजीतून शिकला तर चांगली नोकरी मिळेल ही धारणा असते.

मराठी शाळांचा दर्जा घसरला म्हणून पालक तिकडे जात नाहीत. ते जात नाहीत म्हणून राज्यकर्ते, शिक्षणतज्ज्ञ आणि पालकांनी दर्जा वाढविण्याचे प्रयत्न सोडलेले आहेत.

सगळे खापर सरकारवर फोडले जाते. सर्व काही राज्यकर्त्यांनीच करावे. मात्र आम्ही आमच्या मुलांना मराठी माध्यमात न घालताच मराठीच्या नावाने गळे काढणार. (Credit: max Maharashtra)

इंग्रजी ही जागतिक व्यवहाराची भाषा झालेली आहे. हे नाकारणे म्हणजे निव्वळ मूर्खपणा ठरेल. यासाठी मराठी माध्यमांच्या शाळांमध्ये उत्तम इंग्रजी शिक्षण आणि इंग्रजी माध्यमांच्या शाळांमध्ये उत्तम मराठी शिक्षण यांचा मेळ घालणे गरजेचे आहे. याप्रकारची तजवीज सरकार आणि संस्थाचालकांकडून अपेक्षित.

मराठी माणसाची मराठी अस्मिता केवळ समाज माध्यमापुरतीच मर्यादित राहू नये. इंग्रजी माध्यमाचा अट्टाहास धरणारे अनेक मराठी पालक आपल्या कृतीशून्यतेतून आपलीच मानसिक दिवाळखोरी दर्शवतात. पूर्वीसारखे मराठी शिक्षण आता राहिले नाही ही तक्रार अनेकदा होतं असते. हे खरंही आहे. पण त्यास्तव पूर्णतः आशा सोडून देणे मात्र चुकीचे वाटते. दुकानाच्या पाट्या बदलल्याने किंवा नुसतेच मराठीचे गोडवे गायल्याने मराठी शाळा आणि शिक्षण वाचणार नाही. राज्यकर्ते, शिक्षण विभाग, शिक्षणतज्ज्ञ, सामाजिक संघटना आणि प्रत्येक मराठी पालकांनी विचार करून मराठी शिक्षणासाठी झटण्याचा सार्वजनिक प्रयत्न केला तर......!

त्या जीर्ण झालेल्या मराठी शाळा आणि दर्जाहीन झालेलं मराठी शिक्षण या इंग्रजाळलेल्या आकाशात पुन्हा एकदा उंच भरारी घेईल. महाराष्ट्रातल्या मातीत पुन्हा एकदा मरहट्टी, मऱ्हाट्टी, प्राकृत, मराठी फुलांना फुलण्यास मदत होईल.

9

रतन टाटा : खरे भारतरत्न

"फेब्रुवारीच्या पहिल्या आठवड्यात मोटीवेशनल स्पिकर डॉ. विवेक बिंद्रा यांनी भारतीय उद्योगपती श्री. रतन टाटा यांना 'भारतरत्न' देण्यात यावा यासाठी ट्विटरवर मोहीम सुरू केली.

त्यांनी चालवलेला #BharatratnaForRatanTata हा हॅशटॅग काही वेळातच टॉपवर आला. टाटांबद्दल आपुलकी असणाऱ्या अनेकांनी टाटांच्या बऱ्याच चांगल्या कार्याची पोस्ट करून यास समर्थन दिले. नंतर टाटांनी स्वतः "मी भारतीय असल्याचा अभिमान आहे, देशाचा विकास आणि समृद्धीसाठी देत असलेल्या योगदानाबद्दल मी आनंदी आहे." या प्रकारचे वक्तव्य करून ही मोहीम थांबविण्याचे आवाहन केले. विनम्रतेचे मूर्तिमंत उदाहरण असलेले रतन टाटा खरंच भारतरत्न या सर्वोच्च नागरी पुरस्काराचे हक्कदार आहेत, यावर प्रकाश टाकण्यासाठीचा हा छोटासा प्रयत्न."

८३ उन्हाळे, पावसाळे पाहिलेल्या या अवलिया माणसाने आपल्या वैयक्तिक आणि व्यावसायिक कार्यकाळात प्रचंड संघर्ष केलाय. श्री नवल टाटा आणि सुनी टाटा यांचे हे दत्तक पुत्र. अवघे १० वर्षे वय असताना यांच्या आईवडिलांनी घटस्फोट घेतला. कौटुंबिक प्रेमाला मुकलेल्या रतन टाटांचा सांभाळ आजी नौजीबाई टाटांनी केला. रतन टाटा मुंबईत शालेय शिक्षण घेतल्यानंतर अमेरिकेतील कार्नेल विद्यापीठात पदवीचे शिक्षण घेण्यासाठी गेले. टाटा हे नाव सर्वकाही असले तरी स्वतःच्या उत्कर्षासाठी अमेरिकेतील दहा वर्षाच्या मुक्कामात त्यांनी कारकुनी केली, हॉटेलात भांडी सुद्धा घासली आहेत. तरुणपणाचा अनुभवसुद्धा इतरांसारखा सामान्यच होता. एका अमेरिकन तरुणीवर प्रेम जडले, लग्नाच्या आणाभाका झाल्या. १९६२ मध्ये आजीच्या आजारपणामुळे टाटांना भारतात परत यावे लागले. त्यावेळेस भारत-चीन युद्ध सुरू असल्याने मुलीच्या वडिलांकडून लग्नासाठी नकार मिळाला. लग्न करणार तर तुझ्याशीच अन्यथा करणार नाही. वचनप्रिय- दिलेला शब्द पाळणारे रतन टाटा तद्नंतर आयुष्यभर अविवाहितच राहिले.

कोणत्याही देशाचा विकास आणि त्याकडे पाहण्याचा दृष्टिकोन त्याच्या राजकीय, सामाजिक, सांस्कृतिक, आर्थिक आणि वैचारिक जडणघडणीवर आधारित असतो. सत्ता आणि संपत्तीसाठी भुकेलेल्या आताच्या राजकारणी, व्यावसायिक-उद्योगपतीसारखे टाटा कधीच नव्हते. सत्ता आणि पैसा ही तत्वे टाटा ग्रुप आणि घराण्याच्या शब्दकोषातच नाहीत. दीडशे पेक्षा जास्त वर्षे उद्योगांचा डोलारा सांभाळणाऱ्या टाटा ग्रुपचा हा प्रवास फक्त देशाच्या आर्थिक समृद्धीसाठीच आहे हे मान्य करावे लागेल. मिठासारख्या दैनंदिन गरजेच्या वस्तूपासून मोठमोठी वाहने, जहाज बनवून देशाची गरज भागवणारे टाटा भारत सरकारला एका आर्थिक वर्षात ५०००० कोटी इतका कर देतात. होय! पन्नास हजार कोटी! १०० पेक्षा अधिक कंपन्या असलेल्या टाटा ग्रुपचे बाजारमूल्य १३० बिलियन डॉलरपेक्षाही अधिक आहे. म्हणजे नेपाळ, भूतान आणि श्रीलंका या सार्क देशांना विकत घेऊ शकेल इतके बाजारमूल्य आणि संपत्ती टाटांकडे आहे असे म्हटल्यास

अतिशयोक्ती होणार नाही.

जर तुम्हाला वेगाने पुढे जायचे असेल तर एकटेच चालावे लागेल पण त्या यशाच्या पलीकडे जायचे असेल तर सर्वांना सोबत घेऊन देशाचा विचार करूनच मार्गक्रमण करावे लागणार आहे. टाटांचा हा प्रवास दीडशे वर्षांपासून असाच अविरत सुरू आहे. टाटांनी देशाला काय दिले? मग एवढी संपत्ती आहे तर जगात सर्वात श्रीमंतांच्या यादीत नाव का नाही? हे प्रश्न निरर्थक ठरतात. या प्रश्नांची उत्तरे शोधायची असेल तर माहितीच्या खजिन्यात सहजच मिळून जातील. भारतातील आणि जगातील इतर उद्योगपतींकडे पाहिले तर कळेल, वैयक्तिक स्वार्थासाठी आणि परिवारासाठी व्यवसाय थाटल्या गेले आहेत. हे उद्योगपती छोट्या व्यावसायिकांना आणि प्रतिस्पर्ध्यांना मात देण्यासाठी वाट्टेल ते करताना दिसून येतात. पण टाटा ग्रुप आजही आपली उत्पादने मोठ्या दिमाखात बाजारात उतरवत आहे.

'टाटा' हा कित्येक दशकांचा विश्वास आहे. काहीतरी नवीन करण्याची सचोटी हीच गुरुकिल्ली वापरून टाटा बाजारात येतात. यात ते प्रत्येकदा यशस्वी झाले असे मुळीच नाही. मिळालेल्या अपयशातूनच प्रेरणा घेऊन नवनिर्मिती घडविण्याचा त्यांचा संकल्प त्यांना कळसावर विराजित करून जातो. टाटांच्या लेखी लोकांच्या रुची ओळखून व्यवसायांना त्यांच्या कंपनीच्या हितसंबंधाबद्दल विचार करणे आवश्यक आहे.

IBM सारख्या बड्या कंपनीत नोकरी नाकारून १९६२ साली रतन टाटांनी जे.आर.डी. टाटांच्या सल्ल्यानुसार टाटा ग्रुपमध्ये नोकरी पत्करली. जमशेदपूर येथे टाटा स्टीलच्या कारखान्यात इतर कामगारांसोबत चुनखडी उचलणे, कोळसा वाहतूक ते भट्टीत कोळसा टाकण्यापर्यंतची कामे त्यांनी स्वतः काही वर्षे केली आहेत. नावात जरी 'टाटा' असले तरी सर्वकाही वडिलोपार्जित मिळाले असे नाही, कित्येक तपे या उद्योगांच्या भट्टीत त्यांना तापावे लागले. विनम्रता, प्रामाणिकपणा, व्यवसाय कौशल्य या गुणांनीच टाटा ग्रुप उद्योगधंद्याच्या उत्तुंग शिखरावर विराजमान झालेला आहे. तोट्यात असलेली टाटा ग्रुपची रेडिओ आणि इलेक्ट्रॉनिक कंपनी, (NALCO)

बंद पडण्याच्या मार्गावर असलेले एम्प्रेस मिल, टाटा मोटर्सची सुरुवात आणि संघर्ष अश्या कित्येक व्यवसाय आपत्तींना तोंड देऊन जम बसविणारे टाटा स्वतःच्या भरवश्यावर कित्येकांच्या मनावर राज्य करतात.

१९९१ साली जे.आर.डी. टाटांकडून रतन टाटांना ग्रुपच्या अध्यक्षपदाची जबाबदारी मिळाली. तेव्हापासून देशहित आणि मानवकल्याण लक्षात घेऊनच टाटांनी शंभर पेक्षा अधिक देशात शंभराहून अधिक कंपन्यांचा बाजार थाटला. हजारो उत्पादने या देशांत पोहचली. न्यूयॉर्क स्टॉक एक्सचेंज मध्ये टाटा मोटर्स या कंपनीला लिस्टेड केले. जागतिक पटलावर 'टाटा' हा भारतीय ब्रॅण्ड नावारूपाला आला आहे. जगातल्या नावाजलेल्या जॅग्वार लँडरोवर, टेटले, डेअवू यासारख्या कंपन्या टाटांनी विकत घेतल्या. जॅग्वार लँडरोवर तर निव्वळ अपमानाचा विनम्रपणे घेतलेला बदला म्हणावा लागेल. बिलफोर्ड या जगप्रसिद्ध उद्योगपतीने रतन टाटांच्या केलेल्या अपमानाची कथाही तेवढीच रोचक आहे. टाटा मोटर्स सुरुवातीला तोट्यात होती, कंपनी विकण्याचा निर्धार करून टाटांनी बिलफोर्डची भेट घेतली. त्यावेळी बिलफोर्ड म्हणाले होते, "टाटा मोटर्स ही कंपनी विकत घेऊन मी तुमच्यावर उपकार करत आहे, या धंद्यामधले तुम्हाला काही कळतच नाही तर तुम्ही या व्यवसायात पडलेच कशाला?" टाटांनी झालेला अपमान विनम्रतेने पचवून टाटा मोटर्स न विकण्याचा निर्णय घेतला. आज टाटांची शेकडो प्रवासी आणि व्यावसायिक वाहने जगभरातील रस्त्यावर धावताना दिसतील. सामान्य माणसाच्या स्वप्नातील कार 'टाटा नॅनो' त्यांच्या भावनिकतेची आणि लोकांविषयीच्या प्रतिबद्धतेची प्रतिकृती आहे. जॅग्वार लँडरोवर ही ब्रॅण्डेड कंपनी डबघाईला आली तेव्हा याच 'भारतीय' उद्योगपतीने कंपनी विकत घेऊन बिलफोर्डवर उपकार केले. टाटांच्या कारकिर्दीत २२ वर्षात ग्रुपचा महसूल ४० पटीने वाढला आणि ५० पटीने नफा कमावला. या नफ्यातूनच भारत सरकारला आणि राज्य सरकारांना हजारो कोटी रुपयांचा कर दिला आहे.

माहिती तंत्रज्ञान, स्टील- लोह, रसायने, विमानसेवा, वाहने, ऊर्जा, टेलिकॉम, हॉटेल्स, दागिने, इलेक्ट्रिक, चहा-कॉफी, दैनंदिन ग्राहकोपयोगी उत्पादने इत्यादी प्रकारची सर्व क्षेत्रे टाटांनी व्यापली आहेत. आणि आपापल्या क्षेत्रात 'लीडर'ची भूमिका निभावत आहेत. पण 'टाटा' हा निव्वळ ब्रँड नाही, तर तो एक विश्वास आहे. नामांकित भारतीय विज्ञान संस्था, बंगलोर (IISc) ही टाटा ग्रुपची फलश्रुती म्हणावी. उच्च आणि आंतरराष्ट्रीय शिक्षण देणारी संस्था भारतात पहिल्यांदाच उघडण्याचे कार्य याच टाटा ग्रुपने केले आहे, तसेही पहिल्यांदा भारतात विमाने, लोखंड, वाहने टाटांनीच आणले आहेत. हल्लीच टाटा ग्रुपचे सर्वेसर्वा रतन टाटांनी देशातल्या कोरोना संकटावर मात करण्यासाठी सरकारला १५०० कोटी रुपयांची मदत केली होती. सुनामी असो वा २६/११ चा मुंबई हल्ला असो, देशाच्या वाईट परिस्थितीत पहिल्यांदा आणि प्रत्येकदा 'टाटा'च धावून आले आहेत. टाटांनी भारतीयांच्या शिक्षण, आरोग्य, ग्रामविकास, रोजगार यासारख्या मूलभूत गरजांवर मुक्तपणे उधळण केलेली दिसून येते. टाटा ग्रुपचा कष्टाने कमावलेला पैसा आपल्या देशातल्या दीनदुबळ्यांच्या गरजा भागविण्यासाठी, युवकांच्या रोजगार आणि कौशल्य विकासासाठी वापरण्यात येतो.

नवीन स्टार्टअप प्रोग्राम्सना प्रोत्साहन देण्यासाठी रतन टाटा स्वतः गुंतवणूक करीत आहेत. २६/११ च्या हल्ल्यानंतर ताज हॉटेलचे अतोनात नुकसान झाले, तरीही कर्मचाऱ्यांचा पगार, निवृत्ती वेतन, आरोग्य खर्च आणि इतर कौटुंबिक बाबीचा खर्च करून आपल्या कर्मचाऱ्यांविषयी प्रामाणिक असण्याचा किस्सा सर्वश्रुत आहेच.पाकिस्तानची शत्रूवृत्ती भारतातील कित्येक निष्पापांचे बळी घेऊन गेली. त्याला विरोध म्हणून कितीही आर्थिक नुकसान झाले तरी सहन करून देशाविषयीची निष्ठा अबाधित ठेवणे फक्त टाटांनाच जमते. ताज हॉटेलचा दुरुस्ती टेंडर पाकिस्तानी व्यावसायिकांना न देणे किंवा नुकसान झाले तरी हजारो टाटा सुमोंचे पाकिस्तानी ऑर्डर धुळकावून रतन टाटांचे देशाप्रती प्रामाणिक राहणे हे त्यांच्या खऱ्या देशभक्तीचे प्रतीक आहे.

आज तोंडात चांदीचा चमचा घेऊन जन्माला आलेले उद्योगपती स्वतःच्या उद्योगवाढीचा विचार करीत आहेत. भारतीय बँकांना चुना लावून परदेशात मजा मारत आहेत. एकीकडे अनेक व्यावसायिक, उद्योगपती, राजकारणी, प्रसिद्ध खेळाडू, अभिनेते आपल्या स्वार्थासाठी फुकाचा आव आणून देशभक्ती दर्शवतात. तर दुसरीकडे 'टाटांची' फक्त आणि फक्त भारताच्या विकासासाठी, भरभराटीसाठी आणि लोक कल्याणासाठीची उद्योगवृत्ती विनम्रतेने देशनिष्ठेची प्रचिती देत आहे. रतन टाटा स्वतः म्हणतात, "मी भारताच्या भवितव्य आणि संभाव्यतेबद्दल खूप आनंदी आहे. कारण आपला देश महान आहे आणि आपल्या देशात मोठी क्षमता आहे." भारताच्या क्षमता ओळखून दशकानुदशके राष्ट्राला समर्पित असलेला हा विनम्र, उदात्त, प्रामाणिक आणि देशभक्त पर्वताएवढा माणूस देशाचा सर्वोच्च सन्मान 'भारतरत्न ' यासाठी नक्कीच पात्र आहे.

10

परीक्षांचा धंदा आणि बेरोजगारीचा गळफास

"उत्तीर्ण होऊनही दोन वर्षांपासून MPSC मुलाखतीची प्रक्रिया रखडल्याने परिस्थितीला कंटाळून 'स्वप्निल लोणकर' या गुणवत्ताधारकाने आत्महत्या केली. "रोज मरे त्याला कोण रडे" या उक्तीला न्याय देत सरकारने आपला लेटलतीफ कारभार तद्नंतर सहा महिने कायम ठेवला. सरकारी लालफितशाहित अडकलेली मुलाखतीची यादी आयोगाने कालपरवाच जाहीर केली. PSI बनण्याचं स्वप्न पाहिलेल्या स्वप्निलचं नाव यादीत दुसऱ्या क्रमांकावर आलं. याला न्याय म्हणावं की बेरोजगारांच्या गळ्याचा फास घट्ट आवळण्याचे सत्कर्म?"

असंच आणखी एक प्रकरण, संतोष चव्हाण नावाचे औरंगाबाद जिल्ह्यातील माझे मित्र. पदव्युत्तर आणि व्यावसायिक शिक्षण घेऊन अधिकारी बनण्याचे त्याचे स्वप्न त्याला फक्त परीक्षांसाठी दूरवर हेलपाटे घालायला आणि खिशाला सैल सोडायला मजबूर करत आहे. आरोग्य विभागाच्या गट क ची परीक्षा अडीचशे किमी नाशिकला, नंतर

लगेच गट ड साठी साडे सातशे किमी चंद्रपूरला. बरं....! परीक्षा देऊनही तीन दिवसांनी झालेल्या गैरव्यवहारामुळे अख्खी परीक्षाच रद्द... अरे बापड्यानो! किती परीक्षा द्यायच्या आम्ही, तुमच्या पेपर फुटीला कधी पारावार उरणार का? घरची परिस्थिती नसताना मायबापांचे, शेजाऱ्यांचे बोलणे खाऊन जीवन कंठणाऱ्या बेरोजगारांनी कुठे दाद मागायची? नुसत्या परीक्षेला जाण्यायेण्यासाठी हजारो रुपये खर्च करणाऱ्या बेरोजगारांना रोजचेच झालेले पेपरफुट आणि परीक्षा रद्द प्रकरण थांबविणे सरकारदरबारी कुणालाच जमणार नाही का? कित्येक वर्षांपासून अनेक समवयस्क बेरोजगार मित्र परीक्षा देत आहेत. आता परीक्षांच्या प्रश्नपत्रिका फुटण्याआधीच आम्हां बेरोजगारांचे 'नशीब' फुटले की काय? ही शंका येते.

अडीच लाख उमेदवारांसाठी कालपरवाच महाराष्ट्र गृहनिर्माण आणि क्षेत्र प्राधिकरण (म्हाडा) तर्फे आयोजित केलेल्या परीक्षेची प्रश्नपत्रिका परीक्षेआधीच फुटली, सन्माननीय संबंधित मंत्र्यांनी परीक्षा रद्द अशी घोषणा केली. आता त्या परीक्षेचे आयोजन म्हाडा स्वतःच करेल अशी फुशारकी मारून साहेब आणि सतरंजी उचलणाऱ्या दीडदमडीच्या समर्थकांकडून वाहवा मिळवून घेतली. गृहनिर्माण विभाग स्वतःच परीक्षा आयोजित करण्याची क्षमता ठेवून असेल तर मग पुण्यातील जी.ए. सॉफ्टवेअर या खाजगी कंपनीला प्रश्नपत्रिका सेट करण्याचे कंत्राट देण्यामागचे कारण काय? आठवड्यापूर्वी झालेले आरोग्य विभागाचे गट 'क' आणि 'ड' चेही पेपर असेच लीक झालेत. परीक्षा सुरू व्हायच्या अर्धा तास आधीच उमेदवारांच्या मोबाईलवर प्रश्नपत्रिका छापून आली. कुंपणानेच शेत खाल्याचा प्रत्यय इथेही दिसून आला. आरोग्य संचालनातील वरिष्ठ अधिकाऱ्याकडूनच प्रश्नपत्रिका फुटली हे तपासात निष्पन्न झाले आहे. दोन वर्षांच्या कोरोना कालावधीत हा परीक्षांचा धंदा मंदावलेला होता. मराठा आरक्षणाचा प्रश्न, लोकसभा-विधानसभेच्या निवडणुका, सरकारची अनिश्चितता आणि नंतर कोरोना व्हायरसचा शिरकाव असा प्रवास करीत उमेद बाळगलेले युवक नुसत्या मनस्तापातून स्वतःलाच दोष देत सरकारी नोकरीसाठी परीक्षेची तयारी करीत होते. सरळसेवेतून अनेक विभागाची रिक्त पदे

आतातरी भरली जातील आणि आपण कुठेतरी चिपकून जाऊ या आत्मविश्वासाने ओतप्रोत बेरोजगार आता परीक्षा आणि पेपरफुटीच्या महाजालात अडकलाय. आधीच्या युती सरकारने ७२ हजारच्या नावावर अभ्यासाला लावलेल्या तरुणांना ठाकरे सरकारने पुन्हा एकदा लाखभर पदांची लालच दाखवली. कोरोना काळात बंगल्याची डागडुजी, नवीन गाड्या आणि आमदारांचे पगारवाढ असे काही अतिआवश्यक(?) अपवाद वगळता नोकरभरतीसाठी सरकारच्या तिजोरीत ठणठणाट झाला. युवकांच्या आक्रोशानंतर स्वतःची लाज झाकण्यापुरती आरोग्य आणि इतर विभागाला परीक्षा आयोजित करण्याची अनुमती दिल्या गेली. छटाकभर जागा भरण्याची नियत नसलेल्या प्रशासकीय आणि शासकीय यंत्रणेने बेरोजगारांना फक्त परीक्षा आणि पेपरफुट यांचे कठीण समीकरण मांडून दिले आहे.

परीक्षेत गैरप्रकार आताच होत आहेत असे मुळीच नाही. १९७४-७५ मध्ये जयप्रकाश नारायणांच्या आंदोलन काळापासून बिहार राज्यात 'परीक्षेतही घोटाळे' करता येतात याचा शोध तिथल्या बाहुबलींनी लावला. अत्याधुनिक तंत्रज्ञानाच्या आजच्या युगात चार पावले समोर जाऊन प्रशासकीय सेवेतील रथी-महारथी, भडवेगिरी करणारे राजकारणी, शिक्षणाच्या नावावर धंदा उघडून बसलेले संस्थाचालक आणि क्लासचालक, धनाशेठांचे सुपुत्र या सर्वांचा मेळ बसवून हा 'परीक्षांचा धंदा' काही वर्षात चांगलाच रुजला आहे. मतांसाठी तरुणांच्या समोर भीक मागणारे चलाख नेते, पक्ष आपल्या जाहीरनाम्यात लाखो रिक्त पदांचा गोषवारा आणि ती भरण्याची फुकाची हमी देतात. मात्र सत्तेत आल्यावर परीक्षा फीच्या माध्यमातून करोडो रुपयांचा गल्ला जमवून फक्त फुटलेल्या प्रश्नपत्रिकांचे फुटलेले निकाल दाखविले जातात किंवा रद्द केले जातात. मागील बारा महिन्यात MPSC ची परीक्षा तब्बल पाच वेळा पुढे ढकलण्यात आली. तीन वर्षांपासून निवड होऊनही कित्येकांना आजतागायत नियुक्त्या मिळालेल्या नाहीत. कधी कोरोनाच्या नावावर, कधी आरक्षणाचे कारण दाखवून तर कधी आचारसंहितेचे निर्बंध सांगून बेरोजगारांना फक्त वेठीस धरल्या जात आहे. आवाज उठवणाऱ्या तरुणाईच्या घोळक्यात सुरुंग लावून आवाज

दाबण्यासाठी सर्व स्तरावरून प्रयत्न केले जातातच. जाती-धर्म, भाषा, आरक्षण, मंदिर-मशीद आणि झेंड्याच्या नावावर युवकांची डोकी पेटवून त्यावर आपल्या भाकरी भाजण्याचे प्रकार आताही सुरूच आहेत. शेकडो 'स्वप्निल लोणकर' घडले तरी कुठलीही लाज न बाळगणारे 'व्यावसायिक राजकारणी' सभागृहात आणि रस्त्यावर आत्मविश्वासाने पुन्हा एकदा आश्वासित करून लोकांची आणि बेरोजगार तरुणांची मने कशी जिंकतात हे न उलगडलेले कोडे आहे.

फडणवीस सरकारने महापरीक्षा पोर्टलच्या माध्यमातून नियोजनबद्ध आणि गैरकृतीविरहित परीक्षा घेण्यावर जोर दिला. कित्येक विभागाच्या हजारो जागा अपलोड करून परीक्षा फीच्या नावावर कोटीकोटी रुपयांचा महसूल मिळवला. अधिकारी आणि चेल्याचपाट्यांनी परीक्षा केंद्रावर हेराफेरी केलीच. मग सर्व परीक्षा रद्द! सरकार बदलले, महापरीक्षा पोर्टल हे थोतांड आहे असे सूतोवाच करून वेगळ्या पद्धतीने परीक्षा आयोजित करण्यावर भर दिला. ऑनलाईन-ऑफलाइन दोन्ही तऱ्हेने. त्रयस्थ ब्लॅक लिस्टेड कंपनीला प्रश्नपत्रिका आणि परीक्षांचे आयोजन करण्याचे कंत्राट दिल्या गेले. सरकार बदलले असले तरी उमेदवारांची हेळसांड मात्र थांबली नाही. परीक्षा महाराष्ट्रात आणि परीक्षा केंद्रांचे पत्ते मात्र उत्तर प्रदेशातील, या प्रकारचे हॉलतिकीट कित्येकांना मिळाले. परीक्षा एकाच दिवशी दोन सत्रात असली तरी परीक्षा केंद्रे दोन वेगवेगळ्या जिल्ह्यातील. सरकारी अनास्थेने युवकांच्या जीवनाची पुरती वाट लागून गेली. क्लार्क पदासाठी अर्ज करणाऱ्या उमेदवाराला ८० टक्के प्रश्न नर्सिंगचे विचारण्यात आले. औरंगाबादेतील पृथ्वीराज गोरे या उमेदवाराने फक्त एका जिल्ह्यासाठी अर्ज भरला, विभागाच्या कृपेने त्याला ३४ जिल्ह्यांचे हॉल टिकेट मोफत प्राप्त झाले. अरे काय हे! परीक्षा घेताय की थट्टा लावलीय नुसती?

बेरोजगार तरुण आणि परीक्षांचा हा प्रश्न फक्त आरोग्य विभाग किंवा म्हाडा पुरताच मर्यादित नाही. राज्यात घेण्यात येणाऱ्या प्रत्येक परीक्षेत असला गडबड गोंधळ सातत्याने होत असतो. कधी झाकल्या जाते तर कधी पितळ उघडे पडते. नुकताच झालेली TET परीक्षा, पोलिस भरती, वनविभाग, तलाठी या परीक्षांमध्ये सुद्धा प्रश्नपत्रिका आणि

परीक्षाकेंद्रावर फेरफार करून भ्रष्टाचाऱ्यांनी आपला डाव साधून घेतला. पोलिस भरतीत रॅकेट सदैव कार्यरत असते, याची मुख्यमंत्री कार्यालय आणि गृहविभागाला सुद्धा चांगलीच जाण असते. सामूहिकरित्या गावभोजनाचा कार्यक्रम आटोपला जातो. त्याप्रकारे तलाठी परीक्षेत सामूहिक कॉपीप्रकरणे घडून आली. २०१८ पासून सुरू असलेली शिक्षकभरती आणि MPSC भरती प्रक्रिया आतापर्यंत पूर्ण झालेली नाही. दिवसभर घरीच खुर्ची तोडणाऱ्या मा. मुख्यमंत्र्यांना या विषयावर कधी भाष्य करताना बघितलं नाही. अभियोग्यता आणि बुद्धिमत्ता चाचणीतील (TAIT) कांशीराम प्रकरण चांगलेच गाजले होते. १५-१५ लाख या सरकारी MSP ने शिक्षण विभागातील भ्रष्टाना दान करणारे बहुतेक महाभाग महाराष्ट्रातील शिक्षण समृद्धी मार्ग घडवत आहेत. २१ जानेवारी २०२१ च्या शासन निर्णयानुसार राज्यातील सरळसेवा पदभरतीच्या सर्व परीक्षा 'ऑफलाईन ओ एम आर' पद्धतीने घ्याव्यात असा नियम असताना सुद्धा महाराष्ट्र औद्योगिक विकास महामंडळाची (MIDC) ५०२ पदांसाठी झालेली परीक्षा ऑनलाईन पद्धतीने घेण्यात आली. OMR पद्धतीची सेवा पुरवणाऱ्या कंपन्यांची निवड करण्याची जबाबदारी महाराष्ट्र माहिती तंत्रज्ञान महामंडळकडे (महाआयटी) आहे. याच महाआयटीने मेसर्स अँपटेक लिमिटेड या काळ्या यादीतील कंपनीची निवड केलेली होती.

परीक्षा फक्त महाराष्ट्रातील युवकांच्या उरावर बसल्या असे नाही. जगातील सांगू शकणार नाही पण भारतात इतर राज्यातील अशी प्रकरणे ताजीच आहेत. उत्तर प्रदेशातील UPTET चे पेपरफुट प्रकरण, राजस्थानातील TET आणि सरळसेवा भरती प्रकरण, हरियाणातील सरकारी परीक्षांचे पेपरसुद्धा फुटलेले आहेत. परीक्षा आयोजित करणाऱ्या व्यवस्थेचा भाग असणारे काही महाभाग निव्वळ पैसे कमावण्याच्या लालसेपोटी गिऱ्हाईक शोधून प्रश्नपत्रिकेसोबत सामान्य होतकरू उमेदवारांचे 'डोके' फोडतात. विकेंद्रित असलेल्या संपूर्ण परीक्षा व्यवस्थेत पेपर लीक करण्याचा डाव साधणे हे बड्या प्रस्थापितांच्या आशीर्वादाशिवाय मुळीच होत नसेल. ऑफलाईन आणि ऑनलाईन या दोन्ही पद्धतीत गैरकृती करणे अगदी सोपे आहे. ऑफलाईन पद्धतीत

त्रयस्थामार्फत अथवा फितुरामार्फत प्रश्नपत्रिका फोडून नियोजनबद्धपणे त्या उमेदवारांपर्यंत पोहचविणे शक्य आहे. ऑनलाईन पद्धतीमध्ये परीक्षा झाल्यानंतर गुणांमध्ये फेरफार करणे सर्वरच्या मास्टरमाइंडसाठी कठीण नसतेच मुळी. इमान विकलेल्या धनाढ्य उमेदवारांना आणि पालकांना फक्त सर्वरचा पत्ता सापडला पाहिजे. परीक्षेची पद्धती कोणतीही असू देत, पैसे कमावण्याचा एकमेव उद्देश असलेल्या टीमच्या कार्यपद्धतीची आखणी दोन महिन्याआधी झालेली असते. खालून वरपर्यंत प्रत्येकाचे वाटेही आधीच ठरलेले असतात. हा 'परीक्षांचा धंदा' फक्त भ्रष्ट प्रशासकीय यंत्रणाच करीत असेल हा गैरसमज मुळीच बाळगू नये. प्रत्यक्ष वा अप्रत्यक्षरित्या सरकारसुद्धा या गोरखधंद्यात सहभागी असतेच. राजकीय दृष्टिकोनातून फक्त सत्ता हस्तगत करण्यासाठी युवकांना नोकरी किंवा व्यवसायासाठी आश्वासित करणे, नंतर सरकारी अनास्थेने फक्त टिकून राहण्यासाठी थातूरमातूर रिक्त पदांची भरती काढून लोकांच्या माहितीस्तव परीक्षेचे आयोजन करणे हा सुद्धा एक प्रकारचा धंदाच झाला आहे.

जगातील आधुनिक 'सॉफ्टवेअरचे माहेरघर' म्हणून ओळखल्या जाणाऱ्या भारतात परीक्षा आयोजनासाठी स्वतंत्र आणि काटेकोर अशी प्रणाली अस्तित्वात नाही हे अगदी लाजिरवाणे आहे. काही विद्यापीठे, MPSC, UPSC, संरक्षण क्षेत्रातील परीक्षा, व्यावसायिक संस्थांच्या परीक्षा, IBPS यासारखे मोजके अपवाद सोडले तर कुठलीही परीक्षा डाग विरहित होत नाही. जगावर अधिराज्य गाजवणाऱ्या TCS, इन्फोसिस, विप्रो, HCL tech, महिंद्रा टेक, LTTS, माईंड ट्री, यासारख्या सॉफ्टवेअर क्षेत्रातील बलाढ्य कंपन्या सोबतच IIT, DRDO, ISRO सारख्या स्वतःचं तंत्रज्ञान विकसित करून बहुआयामी उद्दिष्ट ठेवणाऱ्या सरकारी संस्था देशात उपलब्ध असताना गल्लीबोळातील काळ्या यादीत समाविष्ट असलेल्या कंपन्यांना परीक्षा नियोजन करण्याचे कार्य सोपविणे याला निव्वळ मूर्खपणा म्हणावा. दोन पैसे वाचविण्याच्या नावावर आपल्या सात पिढ्या बसून खातील याची तजवीज करण्यासाठी संबंधित शासनकर्ते, मंत्री, अधिकारी त्रयस्थ यंत्रणेला

कंत्राट मिळवून देण्याचे कार्य करतात. महाराष्ट्र सरकारतर्फे होणाऱ्या सर्व गटाच्या सर्वच परीक्षा महाराष्ट्र लोकसेवा आयोगामार्फत (MPSC) व्हाव्यात ही कित्येक वर्षांपासूनची मागणी कोणत्याही सरकारच्या आणि मुख्यमंत्र्यांच्या कानात कशी घुसली नसेल?

सामान्य, शेतकरी, मजुरांची मुले नोकरीच्या अपेक्षेत वाचनालयांचे उंबरठे झिजवतात. "मी शेतात राबतोय, मजुरी करतो पण शेतीवर भरवसा न्हाय. "म्हणून मनी बाळगलेले स्वप्न पूर्ण करण्यासाठी तो फाटका बाप आपल्या लेकराला दूर शहरांत अभ्यासासाठी पाठवतो. त्या बिचाऱ्याला या भ्रष्ट यंत्रणा आणि व्यवस्थेची कल्पना नसेल कदाचित. पण रोजरोज घडणारी ही पेपरफुट प्रकरणे, हजारोच्या गिनतीने असलेला नोकऱ्यांमधील अनुशेष आणि लाखो रिक्त पदे याची माहिती सरकारला आणि विरोधी पक्षाला तर असेलच ना! संविधानकर्त्या बाबासाहेबांचे नाव तोंडी घेऊन, शालेय शिक्षणाला जन्माला घालणाऱ्या महात्मा फुले आणि सावित्रीआईचे दाखले देऊन, स्वराज्य घडविणाऱ्या छत्रपतींचा वारसा सांगून त्याच महाराष्ट्रातील तरुणांना त्यांच्याच हक्कापासून वंचित ठेवण्याचे कारस्थान आणखी किती काळ घडणार आहेत? राजकारण्यांनी महाराष्ट्रातील तरुणांच्या प्रति प्रामाणिक आहोत हे दाखवण्यापूरते फक्त तोंडाने बोलणे मुळीच अपेक्षित नाही. प्रत्यक्ष कृती करून व्यवसाय आणि नोकरीच्या संधी मिळवून देणे, त्यासाठी कायदे-नियम तयार करून त्याची काटेकोर अंमलबजावणी करणे, गुणवत्ताधारकांना सातत्याने त्यांच्या हक्काचा नियमित रोजगार मिळवून देणे अपेक्षित.

11

हिजाब : गोष्ट छोटी डोंगराएवढी

"निसर्गनियमानुसार उन्हाळा, पावसाळा, हिवाळा हे ऋतू ज्याप्रमाणे विशिष्ट कालावधीसाठी येतात अगदी तसेच काही मानवनिर्मित ऋतू आपल्या भारतात स्थानिक आणि देशपातळीवर सातत्याने येत असतात. त्यातला पहिला आणि महत्त्वाचा म्हणजे निवडणुका. मग ती निवडणूक ग्रामस्तरावर असो वा देशव्यापी. 'बात का बतंगड' करून लक्ष वेधणे आणि पेटलेल्या मुद्द्यांच्या चुलीवर आपली राजकीय भाकरी भाजून सत्ता हस्तगत करणे हेच अंतिम ध्येय असते."

निवडणूक म्हणजे जणू युद्धच, युद्धाचेही नियम असतातच. पण नियमांना डावलून स्वतःच्या उत्कर्षासाठी कुठल्याही स्तराला पोहचणे हाही एक अलिखित नियम भारतीय राजकारण्यांनी स्वतःसाठीच घालून दिलाय. जात-धर्म, वर्ग-स्तरानुसार नाजूक बाजू ओळखून 'नियोजनबद्ध विवाद' घडवून आणण्यालाच आज राजकारणात पुरूषार्थ समजला जात आहे. वर्षानुवर्षे चालत आलेल्या बुरसट परंपरेला

आपल्या अधिकाराची जोड देऊन एकतेच्या नावावर मतपेटीत बंदिस्त करण्याचे कारनामे नेहमीच होत असतात, मात्र कर्तव्याला जाणीवपूर्वक विसरलं जाते. 'हिजाब' सुद्धा त्यातलाच.

३१ डिसेंबर २०२१, कर्नाटकातल्या उडुपीमधील सरकारी कॉलेजात सहा मुस्लिम विद्यार्थिनी हिजाब घालून आल्या. प्रशासनाने आणि तथाकथित धर्मांधांनी या हिजाबला विरोध केल्यावर त्या मुलींनी कॉलेजच्या बाहेर प्रदर्शन सुरू केले. पाच राज्यांच्या निवडणुकांचे वारे आधीच वाहू लागल्याने सत्तापक्ष, विपक्ष आणि छोटे मोठे धर्मनिष्ठ राजकीय पक्ष यांनी हिजाबच्या आगीभोवती आपापल्या प्रयत्नांनी लाकडे जोडायला सुरुवात केली. आता त्या आगीने देश व्यापलाय. मतमतांतरातून हमरीतुमरीवर आलेली ही लढाई देशाच्या सर्वोच्च न्यायालयात पोहचली आहे.

शाळा कॉलेजात जातांना धर्माला सोबत घेऊन जाणे हे मूर्खपणाचे लक्षण म्हणावे लागेल. शिक्षण क्षेत्रातील पावित्र्य समजून न घेता हिजाबलाच अधिकार समजण्याचा अट्टाहास का? जर हिजाब घातला असेल तर त्यासमोर भगवा परिधान करून स्वतःचे मालकी हक्क प्रस्थापित करण्याचा वेडेपणा का करावा? एका हाताने टाळी वाजणार नाहीच, कॉलेजच्या प्रांगणात 'जय श्रीराम' आणि त्याचा विरोध म्हणून 'अल्ला हू अकबर'चा जयघोष हे लोप पावलेल्या मानसिकतेचे आणि दुर्दैवी कट्टरतेचे त्याच कॉलेजात गिरवलेले धडे आहेत. आपल्या सोयीनुसार आणि गरजेनुसार समाजमाध्यमावर अर्धवट बातम्या पेरून किंवा फेसबुक, ट्विटर, इन्स्टाग्रामवर अभिव्यक्ती स्वातंत्र्याचा उहापोह करीत एकांगी बेजबाबदार वक्तव्य करून चर्चेत राहण्याचा प्रयत्न होत असतो. हिजाबच्या बाबतीतही हेच घडले. सत्ताधारी, विरोधी, डावे-उजवे, भक्त-चमचे सगळ्यांनी या मुद्द्याला उचलून धरत आपल्या अकलेचे तारे तोडले. देशातल्या अनेक भागात त्याचे पडसाद उमटले. महाराष्ट्रातील मालेगाव सोबत इतर शहरांतही महिलांनी निदर्शने केली. हिजाब हा आमचा अधिकार आहे हे दाखवून देण्यासाठी हिजाब आणि बुरखे घालून शक्तीप्रदर्शने घडवून आणण्यात आली. अनेकांनी याला विरोधही केला. अधिकार सर्वांच्या लक्षात आला, आपल्या अधिकारांवर

गदा येत आहे याची जाणीव होणे चांगलेच. त्याविरोधात आवाज उठवून न्यायासाठी लढणे हेही उत्तमच. पण असे करताना प्रत्येकदा आपण आपली कर्तव्ये बासनात गुंडाळून ठेवतो, यावर कुणाचेही कसे लक्ष जात नसेल!

मानवाच्या उत्पत्तीपासून त्याच्या गरजांनुसार त्याने अनुकूलन घडवत आणले. परंपरेला दैवत्वाची जोड दिल्या गेली. यातही काही चालीरीती ओघाओघाने आल्याच. संस्कृतीचा आणि विशिष्ट समूहाचा भाग बनून गेलेल्या काही गोष्टी माणसाला सोडविता सोडत नाहीत. हिजाबची निर्मिती अशीच झाली. पश्चिम आशिया आणि ग्रीसच्या आसपासच्या ओसाड वाळवंटी प्रदेशात धूळ आणि अतिउष्ण तापमानापासून केसांचे, डोक्याचे संरक्षण व्हावे यासाठी हिजाब घातला जाऊ लागला. गरजेमुळे निर्माण झालेला हिजाब कालांतराने विशिष्ट समुदायाच्या संस्कृतीचा अभिन्न अंग बनला. महाराष्ट्रात सुद्धा सातशे वर्षांपासून पंढरीच्या वारीची अखंडित परंपरा सुरू आहे. विरंगुळा, व्यासंग, सत्कर्म आणि पर्यटन या गरजांना लक्षात घेऊन भक्तीच्या माध्यमातून संतपरंपरेने विठ्ठल नाम जपत वारीप्रथा सुरू केली. वर्षानुवर्षे सुरू असलेल्या या परंपरेत टाळ मृदुंग आणि तुळशी रोपटं घेऊन तमाम मराठी, वैष्णव जन आपल्या ग्रामीण पेहरावात त्यात सहभागी होतात. शीख समुदायाची पगडी, मराठी ग्रामीणाचा पेहराव, दाक्षिणात्य बांधवांची लुंगी आपल्याला चालते तर हिजाबमध्ये गैर काय आहे? गैर तसे काहीच नाही, पण.... संविधानाचा आसरा घेऊन ज्या स्वातंत्र्य आणि न्यायाविषयी आपण बोलतोय त्याच संविधानाने सर्वांना समान शिक्षण आणि वागणूक हा अधिकार दिलेला आहे. शाळा कॉलेजात जाणाऱ्यांसाठी शिक्षण हे समान असते तर मग विद्यार्थीसुद्धा एकसमान असले पाहिजेत. जात-धर्म आणि इतर भेद त्या विद्यालयाच्या फाटकाबाहेर उभे राहावेत अशी व्यवस्था असताना त्यांना आत नेणारे आणि त्यावर 'बवाल' करणाऱ्यांना अतिमूर्ख व देशद्रोही का म्हणू नये? काय खावे, काय घालावे आणि काय करावे ही व्यक्तिनिष्ठ बाब असली तरी सार्वजनिक आणि संवैधानिक ठिकाणी ती उघडी करणे न पटण्याजोगी आहे. समानतेचा स्वीकार करणाऱ्या

शिक्षण व्यवस्थेत आपण इतरांपेक्षा वेगळे आहोत असे भासविण्याचा प्रयत्न करणे खरेतर असंवैधानिक आहे. हिजाब किंवा भगवा भावनेशी निगडित असले तरी शाळा कॉलेजात ज्ञानार्जन करणारे विद्यार्थी हे जात-धर्म, खान-पान, वेशभूषा या बंदिस्त स्तरीकरणापासून अलिप्त असली पाहिजेत. शिक्षण देणाऱ्या संस्थांना पूर्णतः राजकारणापासून दूर ठेवणे गरजेचे आहे. "भारत माझा देश आहे आणि सर्व भारतीय माझे बांधव आहेत" हे फक्त रोज शाळांत म्हणण्यापूरते मर्यादित नाही तर त्याजोगे योग्य कृती करणे आणि करवून घेणे हे विद्यार्थी, शिक्षक आणि राजकारणी मंडळींचे आद्य कर्तव्य ठरते.

हिजाब हे प्रकरण आताचेच आहे असं मुळीच नव्हे. यापूर्वी कर्नाटकात या प्रकरणाने कित्येकदा डोके वर काढले होते. २००९ साली बंटवाल येथील एस वि एस कॉलेज, २०१६ मध्ये बेल्लारी मधील डॉ. शिवराम करात सरकारी कॉलेज आणि श्रीनिवास कॉलेज येथेसुद्धा असे प्रकार घडले आहेत. अलीकडे २०१८ मध्ये सेंट इगनेस कॉलेजमध्ये या हिजाबवरून स्तोम माजलेले होते. पण या वेळी आग जरा जास्तच भडकली, कदाचित निवडणुका डोळ्यांसमोर ठेवून असेलही. विशिष्ट राजकीय प्रवाह असलेले समर्थक आपापल्या अजेंडा आणि विचारधारेनुसार (?) मतं मांडू लागतात. विरोधासाठी विरोध हा भारतीय राजकीय समर्थकांचा आणि राजकारण्यांच्या अंगवळणी पडलेला गुण समाजमाध्यमातील अनेक पोस्ट मधून दिसून येतोय. घरातली भांडणे घरात राहावीत हे फक्त बोलण्यापूरतेच. स्वतः भांडी वाजवून जगाला तमाशा दाखवणारे आम्हीच या प्रकरणाचे जागतिकीकरण करून मोकळे झालोत. पासपोर्टवर मुस्लिम नाव बघून स्पेशल खोलीत झडती घेणारे अमेरिकावासी आज भारतीयांना नावबोटे ठेऊ लागलेत. भिकेचे वाडगे घेऊन फिरणारे पाकिस्तानी भारताचे पतन सुरू झाले म्हणून वर्तमानपत्रात छापताहेत आणि न्यूज चॅनेलवर चर्चा घडवून आणत आहेत. ज्या मुस्लिमबहुल देशांत स्त्रियांना फक्त भोगाची वस्तू समजून आपल्या अधिकारांपासून वंचित ठेवले जाते त्यापेक्षा भारतातील मुस्लिम महिलांची स्थिती कित्येक पटीने चांगली आहे. मताधिकार मिळालेल्या लोकशाहीत संविधानाने दिलेले अधिकार कुणीही बळकावू

शकत नाहीत. हिजाब हा अधिकार कुणीही नाकारला नाहीच त्यामुळे याविरोधात आंदोलन करण्यापेक्षा शिक्षण, आरोग्य, व्यवसाय, रोजगार आणि बालिश कुप्रथांविरुद्ध आंदोलन करणे ही आजची गरज आहे.

हिजाब ही गोष्ट छोटीच होती. तिला डोंगराएवढी करण्यात आपण निवडून दिलेलें राजकारणी, धुरंधर समर्थक आणि आपण स्वतः हातभार लावत होतो. वास्तविक पाहता सामोपचाराने समजून, चर्चा घडवून त्यातून मार्ग काढता आला असता. पण हिंदू आणि मुस्लिम एकमेकांचे कट्टर शत्रू आहेत हे ठासविण्याचे कार्य करून आपली मतपेटी शाबूत ठेवण्यासाठी हे करणे गरजेचे असेल कदाचित. प्रत्येक हातात असलेले मोबाईल आणि अर्धवट विचार पसरवणारी सोसिअल मीडिया या कामात मदत करायला तयारच असते. राष्ट्रप्रेम, संविधान, धर्मनिरपेक्षता आणि समानतेच्या मोठ्या गोष्टी करणारे स्वार्थी राजकारणी आपल्या गरजेनुसार एखाद्या सामान्य गोष्टीला तूल देऊन फूट पाडणे यालाच आद्यकर्तव्य समजतात. हे आजघडीला आपण भारतीय नागरिक म्हणून ओळखले पाहिजे. धर्माचे स्तोम माजविण्यापेक्षा वास्तविकतेत जगणं क्रमप्राप्त आहे. काश्मीर, बॉम्बे, अयोध्या, शाहीनबाग, मालेगाव घडवून आणल्याने जन्नत आणि स्वर्गाची प्राप्ती होणार नाही. जन्नत आणि स्वर्ग बघितला कुणी? एकदाच मिळालेलं हे जीवन प्रेमभावाने आणि गुण्यागोविंदाने जगून संपवावे. हुकूम देणारा अल्ला आणि आज्ञा करणाऱ्या परमेश्वराला तरी या गोष्टी अपेक्षित नसणार आहेत. आपल्या कृतीने संविधानातील मूल्यांचा ऱ्हास होऊ नये या कर्तव्याची जाण प्रत्येकाला असायलाच हवी. घेतलेल्या शिक्षणाचे उपयोजन कट्टरतेत न होऊ देता मानवता, राष्ट्राभिमान आणि त्याप्रती कर्तव्यदक्षता यात करण्यासाठी शिक्षण व्यवस्थेला नव्याने बदलायची गरज निर्माण होत आहे. हिजाबला हिशोबाने घेण्यापेक्षा समंजसपणाने घेतले असते तर आजच्यासारखी वेळ आलीच नसती. असो, शेवटी 'निदा फाजली' यांच्या शब्दात...

"मुमकिन है सफ़र हो आसाँ| अब साथ भी चल कर देखें|
कुछ तुम भी बदल कर देखो| कुछ हम भी बदल कर देखें|"

12

कोरोना : स्थिती आणि दिवास्वप्न

"नोव्हेंबर २०१९ च्या आधी जगभरात सगळं कसं मस्त चाललं होतं ना! देशदेशांतील भांडणे, जगातली बेरोजगारी, चीन-अमेरिकेचं व्यापार युद्ध, भारत पाकिस्तानची रोजची कुरकुर, मध्य पूर्व आशियातील आतंकवाद, आफ्रिका खंडातील दारिद्रय, वृक्षतोड, ग्लोबल वार्मिंग, अनुयुद्धाची भीती सगळे जागतिक प्रश्न अगदी जसेच्या तसे होते. विज्ञानाने केलेल्या प्रगतीच्या जोरावर मानव कोणत्याही संकटाला धैर्याने सामोरा जाऊ शकतो याच अविर्भावात आपण सर्वच्या सर्व आनंदात जगत होतो. नंतर मात्र २०१९ च्या अखेरीस चीनमधून उगम पावलेल्या कोरोना वायरसने जगभरातल्या कोट्यवधी लोकांना आपल्या विळख्यात घेऊन प्रत्येक देशाची अर्थव्यवस्था आणि संपूर्ण पृथ्वीवरचे जनजीवन विस्कळीत केले."

मागील एक वर्षांपासून प्रत्येकाने 'मास्क लावणे' ही गरजच नाही तर बदलत्या जगाची संस्कृती बनून गेलीय. अलीकडेच इस्राईल या देशाच्या

स्वास्थ्य मंत्र्यांनी "देशात मास्क वापरण्याची गरज नाही." अशी घोषणा केली. इस्राईलमध्ये सोळा वर्षावरील ८१ टक्के नागरिकांना कोरोनावरील लसीचे दोन्ही डोस देण्यात आले. यामुळेच त्यांच्या देशातील कोरोना संक्रमितांची संख्याही वेगाने कमी झाली. जगात सर्वाधिक दिवस टाळेबंद राहिलेला देश म्हणजे इंग्लंड आणि इतर देशातून पूर्णतः ये-जा बंद करणारा न्यूझीलंड या छोट्या देशांनीसुद्धा आता बहुतेक निर्बंध हटवून पूर्वीसारखेच जनजीवन सुरू केल्याचे ऐकिवात येत आहे. कोरोनापासून मुक्ती मिळवत सगळे काही अगदी पूर्ववत करणे हे प्रत्येक देशाचे स्वप्न झालेले आहे. भारतात कोरोना संक्रमणाची दुसरी (की तिसरी?) लाट प्रचंड वेगाने सगळ्यांनाच आपल्या बाहुपाशात ओढत आहे. यामुळे भारतासाठी हे स्वप्न प्रत्यक्षात उतरणे सध्यातरी दिवास्वप्नच असणार आहे.

एकमेकांवर आरोप करणे हा निव्वळ राजकीय पुढाऱ्यांचाच खेळ, हे सपशेल खोटे मानावे लागेल. प्रत्येक जण आपल्या (पूर्वग्रह) सद्बुद्धीनुसार एखाद्या पक्षाच्या सरकारला जबाबदार धरत आहे. एवढेच नव्हे तर स्थानिक स्वराज्य संस्था, राज्य सरकारे आणि केंद्र सरकार या सर्वांवरच शिव्यांची लाखोली वाहिली जातेय. पण चुकी फक्त सरकारचीच असावी असेही काही नाही. संविधानाला मानणारे नागरिकच आपली राष्ट्राविषयीची कर्तव्ये झुगारून मनमानी करत असतील तर मात्र भारत हे गणराज्य आहे याचा विसर पडायला हवा. ऑगस्ट, सप्टेंबरपर्यंत शिखरावर विराजित असलेल्या संक्रमितांच्या संख्येत जानेवारी फेब्रुवारी पर्यंत लक्षणीय घट दिसून आलेली होती. सर्वांच्या प्रयत्नातून पुन्हा एकदा सर्वकाही सुरळीत होणार याची चाहूल लागताच बॅकफूटवर गेलेल्या कोरोनाला आमंत्रित करणारेही आम्हीच आहोत हे आता मान्य करावे लागेल. नेहमीच सेलिब्रेशन मूडमध्ये असणारे पुन्हा एकदा अनावर झाले. निर्बंधांची पायमल्ली करून स्वैर वागणे सुरू केल्यानेच देशाची ही अवस्था झालीय. आता मात्र अपुऱ्या व्यवस्था असणाऱ्या प्रशासन आणि शासनावर खापर फोडण्यावाचून हाती काहीच उरले नाही.

१९९४ साली भारत काश्मीरमध्ये मानवाधिकाराचे उल्लंघन करून तेथील नागरिकांवर अन्याय करतोय अशी तक्रार पाकिस्तानने युनोमध्ये केली. त्यास प्रत्युत्तर देण्यासाठी तत्कालीन पंतप्रधान श्री नरसिंहराव यांनी प्रत्यक्षात विरोधी पक्षनेते भारतरत्न अटलबिहारी वाजपेयी यांना पाठविले होते. जेव्हा देशाचा प्रश्न येतो तेथे राजकारणाला जागा उरत नाही, हे कित्येकदा पाहिले आणि ऐकले होते. पण आज मात्र भारत सरकार आणि विरोधी पक्षात कुठेही ताळमेळ नाही. कित्येक राज्य सरकारातही हेच घडतेय. सत्ताधारी आणि विरोधक अश्या कठीण परिस्थितीतही एकमेकांच्या जीवावर उठलेत. निव्वळ सत्तेसाठी आणि सत्ता वाचविण्यासाठीचा हा खेळ जनतेच्या अंताला कारणीभूत तर ठरणार नाही ना? आरोप-प्रत्यारोप करून लोकांचे निव्वळ मनोरंजन करणे हेच कार्य या कफल्लक बुद्धीच्या राजकारण्यांचे असावे काय? हा प्रश्न पडलाय.

"घट्ट बसलाय मास्क, किमान त्याच्या दोराला तानू नका.

दोन श्वासामध्ये तरी, राजकारण आणू नका."

ही सामान्य नागरिकांची इच्छा. यांच्या वळणी कधी पडणार नाही याची खात्री व्हायला लागली आहे. राज्याला लसींचा पुरवठा मागणीनुसार होत नाही, सोबतच ऑक्सिजनची कमतरता हा गंभीर प्रश्नसुद्धा मुख्यमंत्र्यांनी समोर ठेवला. वाढलेल्या संसर्गाला रोखण्यासाठी, रुग्णांची होत असलेली हेळसांड थांबविण्यासाठी उपाययोजना करण्याचे सोडून फक्त केंद्र सरकार सहकार्य करीत नाही एवढेच दाखविण्याचे कष्ट घेतले जात आहेत. राज्य सरकारांना GST मधील त्यांचा परतावा न मिळणे हीसुद्धा गांभीर्याची बाब. आधीच कोविडमुळे अर्थव्यवस्थेचे कंबरडे मोडले त्यातही केंद्र सरकारकडून हॉस्पिटल्ससाठी बेड, व्हेंटिलेटर्स आणि इतर आरोग्य सुविधांसाठी राज्यांना आर्थिक मदत न मिळणे हे राजकारण लयास गेल्याचे लक्षण आहे.

स्वातंत्र्याच्या सात दशकानंतरही भारतात आरोग्याच्या अत्याधुनिक सेवांची वानवाच दिसून येते. बकासुरासारख्या फुगलेल्या शहरांत, कित्येक महानगरपालिकेला त्यांची स्वतःची हॉस्पिटल्स

नाहीत, आणि असले तरी त्यात फक्त झोपायला बेड आणि खायला पॅरासिटामोल याशिवाय काहीएक मिळत नाही. लोकसंख्येच्या मानाने अत्यंत नगण्य प्रमाणात बेड्स, व्हेंटिलेटर्स, ऑक्सिजन आणि औषधांची उपलब्धता आहे, त्यातही औषधांचा काळाबाजार आणि दवाखान्याला मिळणाऱ्या निधीची संगनमताने होणारी फेरफार ही भ्रष्टाचाराची लागलेली कीड आरोग्य व्यवस्थेला पोखरून काढणारी मानावी लागेल. कोविडमुळे महाराष्ट्रातल्या कित्येक शहरांत मृतांचा आकडा वाढतोय आणि मृतांना जाळण्यासाठी घाटांवर 'वेटिंग लिस्ट' लागली आहे. श्रीमंतांचा आणि शहरातला हा रोग आता गावागावातून फिरु लागलाय, अपुऱ्या व्यवस्थेने ग्रामीण भागातील परिस्थिती अगदीच बिकट झालेली दिसून येईल.

राजकारण हा आपला आवडता विषय आणि निवडणुका म्हणजे पर्वणीच. निवडणुका घेणे अगत्याचे आणि ती जिंकण्यासाठी वाट्टेल ते करण्यापर्यंतची मजल मारणे ही राजकीय पक्षांची स्वलिखित आचारसंहिता आहे. या कोविडकाळात बिहारमध्ये विधानसभेच्या, महाराष्ट्रात ग्रामपंचायतीच्या आणि अनेक राज्यात पोटनिवडणुका झाल्यात. आता प. बंगालसोबत इतर चार राज्यात (एक केंद्रशासित) मतदान होऊ घातले आहे. कोरोनासंसर्ग रोखण्यासाठी जे नियम घालून दिले त्याची कसलीही तमा न बाळगता स्वतः पंतप्रधान, गृहमंत्र्यासोबत विरोधी पक्षाचे अनेक नेते प्रचार करताना दिसून आले. आता कोरोना जेव्हा मानगुटीवर बसायला लागला तेव्हा मात्र माघार घेण्याची (सु)बुद्धी यांना सुचलीय. वर्षभरापासून विद्यार्थ्यांची शाळा बुडत आहे, बेरोजगारांना एक नवा रोजगार मिळू शकत नाही, यावर विचारविनिमय न करता निव्वळ निवडणुका जिंकण्यासाठी आपल्या विरोधकांवर शाब्दिक आणि हिंसक प्रहार करणेच महत्त्वाचे असेल काय? की ते तूर्तास थांबवून देशावर आलेलं संकट परतविण्यासाठी सर्व राजकीय शक्ती आणि अधिकाऱ्यांना सोबत घेऊन योग्य निर्णय व अंमलबजावणी करणे अत्यावश्यक आहे?

कोरोना योद्ध्यांना सलाम म्हणून वर्षभर आधी दिवे पेटवायला लावणारे मा.पंतप्रधान फक्त बंगाल मिळावा यासाठी स्वतःच घालून

दिलेले नियम विसरतात! आज त्या दिव्यांच्या ऐवजी देशभर मृतदेह पेटत आहेत. थाळ्या बडविण्याचा आवाज आज कुठेच ऐकू येत नाही, त्या ठिकाणी सुहासिनींच्या बांगड्याचा आणि त्यांच्या चिल्यापाल्यांचा हंबरडाच देश ऐकत आहे. एका अनैतिक प्रकरणात नाव आल्यावर विरोधकांनी सत्ताधारी पक्षाच्या मंत्र्यांवर राजीनाम्यासाठी दबाव आणला. पण नैतिक जबाबदारी न स्वीकारता शक्तिप्रदर्शन करण्यासाठी धार्मिक स्थळ निवडून मोठी गर्दी जमा केली. कायद्याच्या रक्षणकर्त्यांनीच सर्रास नियमांना धाब्यावर टांगले. राज्यात लग्न आणि इतर समारंभात पन्नास पेक्षा जास्त लोकं जमवू नये असा नियम असतानाही शेकडो लोकांच्या जेवणावळी उठवल्या जात आहेत. कुंभमेळा आणि क्रिकेटच्या सामन्यातून होणाऱ्या गर्दीद्वारे संसर्ग वाढणार याचा साक्षात्कार व्हायला राज्यकर्त्यांना इतका वेळ कसा काय लागू शकतो?

गुढीपाडव्याच्या दिवशी फेसबुक लाईव्हच्या माध्यमातून मुख्यमंत्र्यांनी संवाद साधला. सुरुवातीलाच आपल्या पारदर्शी कारभाराविषयी सांगताना "राज्यात एकही रुग्ण आणि मृतांचा आकडा लपविला नाही" असे आवर्जून सांगितले. परिस्थिती इतकी बेताची झालीय की शहरात घरोघरी रुग्ण आढळून येतील. स्मशानभूमीत गाडल्या आणि जाळल्या जाणाऱ्या मृतांचा आकडा हा वृत्तपत्रात छापून येणाऱ्या आकडयापेक्षा मोठाच आहे. आजही कित्येक कोरोनाबाधित भीतीमूळे आणि अतिआत्मविश्वासापोटी स्वतःची टेस्ट करून घेत नाहीत. त्यामुळे हा संसर्ग असाच फैलावत राहणार याची प्रशासनाला पुरेशी कल्पना नसावी काय? टेस्टिंग किटच्या कमतरतेमुळे (?) सरकारी तपासणी केंद्रे बंद आहेत, खाजगी पॅथॉलॉजी लॅबमध्ये जास्त पैसे देऊनही उशिरा रिपोर्ट मिळत आहेत. सामान्य लक्षणे असलेल्यांसाठीही योग्य सल्लागार किंवा औषधयोजना नाही. स्थानिक स्वराज्य संस्थांच्या प्रशासनातील कमालीची उदासीनता, कामचुकारपणा आणि अपुरी व्यवस्था या दीडदमडीच्या वायरसला आपल्यावर हावी होऊ देऊन लोकांचे प्राण घेत आहे असे म्हटल्यास चुकीचे ठरणार नाही.

कोविड वायरसचे नवनवे स्ट्रेन येत असल्याने त्याची लक्षणे सुद्धा बदलली आहेत. नवीन रीसर्च रिपोर्टनुसार हा वायरस आता हवामार्गाने संसर्ग करतोय असे स्पष्ट झाले आहे. तरीसुद्धा कुठलीही भीती न बाळगता अनेक 'बहाद्दर मंडळी' मास्क न लावण्यातच धन्यता मानतात. प्रशासनाच्या अनेक निर्बंधानंतरही विनाकारण फिरणे, विनामास्क फिरणे, रस्त्यावर सार्वजनिक ठिकाणी थुंकणे, हात न धुणे इतका मोठा फाजील आत्मविश्वास आजही काही लोकांच्यात दिसून येतो. ज्या देशात कंडोम आणि मास्क यासाठी वारंवार जनजागृती करावी लागते त्या देशाचे भवितव्य काय असेल?

वर्षभरापूर्वी संपूर्ण जग कोरोनामुळे चिंतीत होतं, आजही आहेच. पण परिस्थिती बदलली. कुठल्याही प्रकारचे औषध किंवा लस नसताना भारताने सक्षमतेने या संकटाला तोंड दिले. पण नव्या लाटेने प्रत्येकाच्या नाकी नऊ आणले आहे. आज भारतात स्वनिर्मित दोन आणि आयातीत काही लसी आहेत. या लसींचा योग्य प्रकारे पुरवठा करून प्रत्येकाला टोचली जाणे महत्त्वाचे आहे. दोन दिवसांपूर्वीच १ मे पासून १८ वर्षे वयावरील सर्वांना लस टोचण्यात येईल ही घोषणा झाली, हे उशिरा सुचलेले शहाणपण तरी सुदैवाने आपल्या देशाला तारून नेईल याविषयी आशा बाळगावी लागेल.

इतक्या प्रचंड प्रमाणात असलेल्या लोकसंख्येसाठी लसींची निर्मिती, त्यासाठीची आर्थिक तरतूद, पुरवठा आणि प्रत्यक्ष कार्यवाही करून दोन्ही डोस देणे हे जरी आव्हानात्मक असले तरी अशक्य मुळीच नाही. जनतेविषयीची कर्तव्यदक्षता ही केवळ पक्षाच्या जाहीरनाम्यात न राहता प्रत्यक्षात यायला हवी. जीवन मरणाच्या 'आरोग्य' या मुद्द्याला अर्थसंकल्पात आणि प्रत्यक्ष भरीव तरतूद करून भौतिक सुविधा, औषधी उत्पादनक्षमता आणि योग्य प्रशिक्षित मानवी संसाधने वाढविण्यावर भर देणे आवश्यक आहे. सरकार आणि विपक्षांना कुरघोडीचे राजकारण दूर सारून वेळ न दवडता एकत्र येण्यातच देशाचं भलं आहे हे समजले तरी कोरोनारुपी कठीण समस्येवर आपण मात करून जाऊ. प्रशासनाच्या प्रयत्नांना योग्य प्रतिसाद देऊन आपण नागरिकही या संकटसमयी आपल्या गावासाठी, शहरासाठी,

राज्यासाठी पर्यायाने देशासाठी योगदान देऊ शकलो तरच कोरोनापासून मुक्ती हे दिवास्वप्न साकार करू शकतो.

13

झेलमला काय हवं?

“‘काश्मीर!’ नाव घेतलं तर काय आठवेल? हिमालयातील मोठमोठे बर्फाचे पहाड, झेलम आणि दल सरोवरातील शिकारे, आकर्षक अशी वेशभूषा केलेले सुंदर तरुण तरुणी, पष्मीना शॉली व गालिचे, सफरचंदाच्या बागा आणि आल्हाददायक थंड हवा हे सर्व नक्कीच आठवणार. पण सोबतच दगडफेक हिंसाचार करणारे तरुण, पाकिस्तान पुरस्कृत दहशतवाद, भारतीय सेनेचे चोख प्रत्युत्तर हेसुध्दा आपोआपच डोळ्यासमोर येईल. पांढऱ्या शुभ्र पौष्टिक दुधात घाण करणारी माशी पडावी आणि अवघं दूध नासावं अशी सद्यपरिस्थिती या भारताच्या नंदनवनाची झाली आहे. २०२०-२१ चा हिवाळा मात्र काश्मीरसाठी नवीन संधी घेऊन आलाय.”

बारा वर्षात कधी नव्हे एवढी जास्त बर्फवृष्टी सध्या काश्मीरात होत आहे. हाडं गोठवणाऱ्या थंडीने संपूर्ण काश्मीरचे जनजीवन विस्कळीत झाले असले तरी मात्र या बर्फवृष्टीचे आभार तिथले नागरिक मानत आहेत. संपूर्ण काश्मीर खोऱ्यात, लेह लडाखच्या परिसरात नवचैतन्य निर्माण झाले आहे. याचे कारणही तितकेच आनंददायी आहे. पाकिस्तान

पुरस्कृत दहशतवादी कारवाया, पुलवामा हल्ला तद्नंतर ६ ऑगस्ट २०१९ ला कलम ३७० चे रद्द होणे यामुळे काश्मीर खोऱ्याला लष्करी छावणीचे स्वरूप निर्माण झाले. या अनेक दिवसांच्या दुःखदायी वातावरणानंतर आता हळूहळू जीवनमान सुधारत चाललं आहे. हिंस्र श्वापदांच्या धुमाकुळानंतर शांततेचा पुरस्कार करणारे कबुतर आज या 'स्वर्गात' उडू पाहत आहे. काश्मीरमधल्या ८० टक्के लोकांची गरज भागवणारा पर्यटन व्यवसाय पूर्वीसारखाच बहरेल याची खात्री बाळगून तिथली सामान्य जनता या बर्फवृष्टीचे स्वागत करायला तयार झाली आहे.

"काश्मीर नही देखा तो क्या देखा?" नकळतच अनेकांच्या ओठावर येणारे हे वाक्य प्रत्येकाला काश्मिरी सौंदर्याकडे आकर्षित करते आणि हे खरेसुद्धा आहे. मऊशार पांढराशुभ्र बर्फ, आकाशाला गवसणी घालणारे चिनार वृक्ष, झेलमचे शांत संयमी पात्र, दल सरोवरात आनंदाचा वर्षाव करणारे शिकारे, शालिमार बागेतील विविधरंगी फुले, बर्फच्छादित पहाडांनी घेरलेल्या गुलमर्गच्या नागमोडी वाटा, सफरचंद आणि अक्रोडच्या बागा, काश्मिरी वास्तुकलेचे प्रतिनिधित्व करणारी घरे आणि हॉटेल्स, अप्रतिम सौंदर्यासोबतच धार्मिक आस्था केंद्रे असलेले अमरनाथ, वैष्णवदेवी आणि हजरतबल दर्गा या सर्वांचे आकर्षक प्रत्येकाला आपसूकच पडू लागेल. 'एकदा तरी बघावं' हा विचार प्रत्येकाच्या मनात येत असला तरी काश्मिरातील अंदाज न बांधता येणारी युद्धसदृश्य परिस्थिती प्रत्येकदा माणसांना भीतीच्या डोहात बुडवून ठेवत असते.

कलम ३७० च्या रद्द होण्याने संपूर्ण देश एकसूत्रात बांधला गेलाय, २०१९ नंतर घुसखोरी आणि दहशतवादी कारवाया कमी झाल्या आहेत. पाकिस्तानातून होणारा अवैध शस्त्र आणि पैशाचा पुरवठा थांबला. यामुळेच पाकिस्तान पुरस्कृत दहशतवादाचा फायदा घेणाऱ्या अलगाववादी नेत्यांच्या फळीला खिंडार पडली आहे. तरुणांची माथी भडकवून त्यांना हिंसक कारवाईत सहभागी होण्यासाठी प्रवृत्त करणाऱ्यांना वचक बसलाय, याप्रकारचे दावे भारतीय सेना आणि भारत सरकार करीत आहे. काही दिवसांपूर्वी अनेक काश्मिरी तरुण दहशतवादी

बुरहान वाणीचा फोटो खिशात ठेवून फिरायचे, त्याला आपला आयडॉल मानायचे. पण तो मार्ग हिंसेचा, असत्याचा होता हे त्यांना आता कळून चुकले आहे. धर्मद्वेषाचे कट्टरपंथी भूत उतरून अधिकाधिक तरुण भारतीय सेनेत आणि प्रशासकीय सेवेत दाखल होत आहेत. जवाहरलाल नेहरू विद्यापीठ आणि अलिगढ मुस्लिम विद्यापीठात उच्चशिक्षण घेणाऱ्या काश्मिरी युवकांची संख्या दिवसेंदिवस वाढत आहे. हिंसेचा काटेरी मार्ग सोडून शांततेच्या उन्नत मार्गानेच काश्मीरात पुन्हा एकदा नंदनवन फुलेल याची खात्री इथल्या तरुणांना वाटायला लागली आहे.

मागील महिन्यातच संपूर्ण जम्मू काश्मीरमध्ये सार्वत्रिक निवडणुका घेण्यात आल्या, मतदानाबद्दल अनास्था बाळगणाऱ्या नागरिकांनी यावेळेस लोकशाहीच्या या उत्सवात उत्स्फूर्तपणे सहभाग नोंदवला. या जानेवारीत बर्फवृष्टीमुळे अँबुलन्स सेवा ठप्प झाली असताना दोन गरोदर महिलांना अडीचतीन किलोमीटर पाय फसणाऱ्या बर्फातून भारतीय सेनेच्या जवानांनी चक्क खांद्यावर बाळंतपणासाठी दवाखान्यात सोडले, तसेच सुट्टीनंतर बाळासकट त्या महिलांना सुखरूप घरी सोडून दिले. बर्फवृष्टी किंवा भूस्खलनाने वाहतूक पूर्णपणे बंद झाली तरी संकटाच्या वेळी फक्त भारतीय सेनाच आपल्याला मदत करू शकते हा विश्वास निर्माण होत आहे.

आंतरराष्ट्रीय स्तरावर गाजत असलेला काश्मीरचा मुद्दा आणि तेथील दहशतवाद कोणत्याही देशाच्या मध्यस्थीने संपुष्टात येऊ शकत नाही. या मुद्द्याची सोडवणूक करण्याची ताकद फक्त काश्मिरी जनतेतच आहे. मानवतेच्या सकारात्मक दृष्टिकोनातून विचार आणि आचरण केले तर आपले प्रश्न आपणच सोडवू शकतो असा दृष्टांत त्यांना व्हायला हवा. काश्मीरात 'बुद्ध' हवा की 'बुरहान वाणी' हा प्रश्न येथील जनतेने स्वतःलाच विचारून मार्गक्रमण करावे लागणार आहे. बुद्धाने सांगितलेला शांतीचा मार्गच जगाला परमोच्च स्थानी घेऊन जाणारा आहे. (प्रत्येक धर्माचा पाया शांती आणि सद्भाव हाच असल्याने काश्मिरी जनतेसाठी धर्मबदल हा संकेत मला सुचवायचा नाही.) इतरांविषयी असलेला आकस, धार्मिक कट्टरपणा, पाकिस्तानचा भारताविषयीचा शत्रूभाव आणि केवळ मुस्लिमधर्मीय

देश म्हणून पाकिस्तानविषयी असलेले प्रेम काश्मीरात फक्त 'बुरहान वाणी'च घडवू शकतात. पर्यायाने विध्वंस, हिंसाचार आलाच. सामान्य जनतेला माणुसकीची आणि सुंदर जीवनाची कल्पना यावयाची असल्यास हे सर्व बदलावे लागणार आहे. त्यासाठी भारत सरकारला सर्वतोपरी सहकार्य करणे येथे गरजेचे ठरते.

काश्मिरातील अनेक फुटीरतावादी आणि नेत्यांनी आपल्या कुटुंबासाठीच भविष्यातील तरतूद करून ठेवली. दुकाने, एजन्सीज, शेती, बागा, मोठे व्यवसाय फक्त तीच लोकं करू शकत होती. यामुळे इतर सामान्य जनतेला रोजीरोटीसाठी फक्त या घराण्यांवर किंवा पर्यटनपूरक छोट्या व्यवसायांवर अवलंबून राहावे लागत होते. पण आता तंत्रज्ञानाचा वापर, दळणवळण सुविधा यामुळे परिस्थितीत बदल घडून येत आहे. शिक्षण आणि रोजगाराची उपलब्धता काश्मीरात नवीन संधी निर्माण करू शकणार आहेत.

कलम ३७० च्या रद्द होण्यामुळे काय चांगलं - वाईट झालं यात न पडता तिथला सामान्य नागरिक पर्यटकांची वाट बघत बसलाय. का? तर त्याचं घर चालणं या पर्यटकांच्या येण्यावरच अवलंबून आहे. या मोसमातील दोन महिन्यात मागील दोन वर्षांच्या आकडेवारीपेक्षा जास्त पर्यटकांनी काश्मीरला भेट दिली, विस्कळीत झालेलं जीवनमान यामुळे फुलायला लागलं आहे. आज जगाच्या पाठीवर अनेक देश; एव्हाना गोवा, केरळ तसेच कच्छ हे प्रदेश फक्त पर्यटन व्यवसायावरच स्वतःची प्रगती करीत आहेत. काश्मीरात सुबत्ता नांदवायची असेल तर पर्यटनाला पर्याय नाही, तसेच पर्यटन व्यवसाय वाढवायचा असेल तर सुबत्ता ही नांदवावीच लागेल. यासाठी धर्मद्वेष, कट्टरपणा, राष्ट्रद्रोह, आगळेपणा बाजूला ठेवून मुख्य प्रवाहात येणे क्रमप्राप्त ठरते.

या दोन वर्षात बरंच काही बदललं, कोरोनारूपी राक्षस येथेही अवतरला. साहजिकच याचा नकारात्मक प्रभाव इथल्या अर्थव्यवस्थेवरही पडला आहे. पण आता होत असलेली मुबलक बर्फवृष्टी प्रगतीचे दार ठोठावत आहे. सर्व काही आलबेल राहिलं तर भारतीय पर्यटकांसोबत जगभरातील पर्यटक सुद्धा हे भूतलावरील स्वर्ग बघण्यास स्वतःला थांबवू शकणार नाहीत. याचा सरळ सकारात्मक

प्रभाव काश्मीरच्या अर्थव्यवस्था आणि जीवनमानावर पडेल.

भारत सदैव शांतीचा पुरस्कार करीत आलाय. काश्मीर हा भारताचा अविभाज्य अंग असल्याने येथील जनताही भारतीयच आहे, त्यामुळे विकासाच्या जास्तीत जास्त संधी त्यांना मिळाव्यात यासाठीचे सरकारचे प्रयत्न असायला हवेत. स्वतः सामान्य काश्मिरी जनतेलाच दहशतवादाच्या कचाट्यातून बाहेर पडून देशाच्या पर्यायाने स्वतःच्या विकासात सहभागी व्हावे लागणार आहे. तेव्हाच दरवर्षी होणारी ही बर्फवृष्टी प्रत्येकदा स्वतःच्या उत्कर्षाची संधी मिळवून देईल.

"आँखों में गहरे आँसु लिये...
गंगा जैसे ख़ामोशीसे बहता रहता हुँ।
एक दियाँ झेलम में भी जले...
यही परबतसी उम्मीद लिये बैठा रहता हूँ।"

माझे विश्वासप्रतीक मित्र श्री. दत्ता बिलघे केवट सरांच्या या ओळीतील 'पर्वताएवढी अपेक्षा' तेव्हाच पूर्ण होईल. गंगा-शरयूच्या तीरावर उजळणाऱ्या दिव्यांसारखेच झेलमच्या काठावरील त्या सामान्य जणांचे जीवनसुद्‌धा असेच प्रकाशमान व्हावे.

14

हे तरुणा ! ऊठ, जागा हो.

"११ जुलै १९८७ रोजी जगातील पाच अब्जावे बालक युगोस्लाव्हिया येथे जन्माला आले होते. पृथ्वीवर माणसांचे ओझे अधिकच वाढू लागल्याने प्राथमिक गरजा, पायाभूत सुविधा आणि संसाधनावर त्याचे परिणाम जाणवायला लागले. याविषयी लोकांमध्ये जागृती निर्माण करण्यासाठी युनोने 'त्या पाच अब्जाव्या' बालकाच्या जन्माची दखल घेत ११ जुलै हा दिवस 'जागतिक लोकसंख्या दिन' म्हणून घोषित केला."

लोकसंख्येच्या बाबतीत दुसऱ्या क्रमांकावरून पहिल्या क्रमांकाकडे आगेकूच करणाऱ्या भारतातसुद्धा हा दिवस येत्या आठवड्यात साजरा करण्यात येईलच. १४० कोटी लोकसंख्या असणाऱ्या भारतात १५ ते ३४ वयोगटातील तरुणांची संख्या जगात सर्वाधिक ३५ टक्के इतकी आहे. तारुण्य म्हणजे सळसळते रक्त. अधिक कार्यक्षमता असलेल्या याच तरुणाईच्या बळावर आपल्या देशाला जागतिक महासत्ता बनविण्याचे स्वप्न 'मिसाईल मॅन' नी बघितले होते. भारत हा फक्त विकसनशील

देश म्हणून नाही तर एक विकसित देश म्हणून नावारूपास येईल. युवकांच्या कार्यकुशलतेने देशाची प्रगती होईल, आरोग्य आणि शिक्षण व्यवस्था बळकट होतील, भारत गरिबीवर मात करेल. (संदर्भ 'India २०२० : a vision for new millennium') या पुस्तकरूपी अहवालात भारतरत्न डॉ. अब्दुल कलाम सरांनी हे भाकीत वर्तविले होते. ज्या युवकांच्या क्षमतेवर विश्वास ठेवून हे स्वप्न बघितले गेले त्या युवकांनी आणि कीड लागलेल्या राजकीय व्यवस्थेनी त्यातील अर्ध्याही गोष्टी २०२१ उजाडल्यावरही प्रत्यक्षात आणलेल्या नाहीत ही मात्र शोकांतिका आहे.

तरुणांच्या बाबतीत सर्वात मोठी समस्या-बेरोजगारी. कुठल्याही प्रकारची नोकरी किंवा व्यवसाय करण्याची संधी उपलब्ध होत नाही किंवा संधी मिळाली असली तरी उर्वरीत बहुसंख्य तरुणांच्या मनात न्यूनगंड निर्माण झालेला आहे. आपण घेतलेल्या शिक्षणाला, मेहनतीला कोणतेही मोल नाही म्हणून हा तरुण वर्ग आत्मविश्वास गमावून बसलाय. त्यामुळे तो एकतर आत्महत्येचा पर्याय निवडतो किंवा पैसे कमविण्यासाठी गैरमार्गाचा वापर करून स्वतःलाच नरकयातना भोगण्यास भाग पाडतो. या दोन पर्यायाच्या व्यतिरिक्त उरलेले फक्त व्यवस्था, सरकार आणि राजकारण्यांच्या नावे बोटे मोडू लागतात.

आलटून-पालटून सत्ताधारी आणि विपक्षाला सरकार चालविण्याची संधी मिळाली असली तरी, आणि दोघांनीही युवकांना संधी नाकारली असली तरी यांच्या आयडिओलॉजीत कसलाही बदल होत नाही. खरे तर सरकारचे आणि विरोधी पक्षाचे पाच वर्षे एखाद्या लग्नाच्या कार्यक्रमासारखे असतात. निवडणुकांच्या लगीनघाईत लग्नाचे निमंत्रण वाटल्यासारखे सर्वच पक्ष आश्वासनांचे पाने भरून जाहीरनामे वाटतात. यात तरुणांना प्राधान्य असतेच, हजारो नवीन नोकऱ्या आणि व्यवसायांची सर्वांना विनाशर्त संधी हे खोटे आश्वासन प्रथम क्रमांकावर असल्यास नवल वाटायला नको. मंडप पूजन म्हणून नव्या सरकारचा शपथविधी, सोबतीला आश्वासनांचा वचननामा असतोच. हळदीच्या कार्यक्रमासारखे अधिवेशन बोलावलं जाते. यात विरोधक मोजूनच बेरोजगारीबद्दल दोन शब्द बोलून हळद लावतात, सत्ताधारी रिक्त

पदांसाठी परीक्षा आयोजित करून जागा भरण्याचे पुन्हा एकदा आश्वासन देऊन स्वतःलाच हळद फासून घेतात. सरकारातले मंत्री आणि आमदार स्वतःचे मतदारसंघ सांभाळून तरुणांना आकर्षित करण्यासाठी मधूनमधून घरचाच आहेर देतात. लग्नाचा दिवस म्हणजे पुढील निवडणुका. दीड दोन वर्षावर येऊन ठेपल्या की विरोधक तरुणांच्या प्रश्नांना डोक्यावर घेऊन नाचायला लागतात. जणूकाही यांना संधी मिळाली तर बेरोजगारीचा प्रश्न चुटकीसरशी सोडविला जाणार. मग लक्ष वेधण्यासाठी आणि मते मिळविण्यासाठी स्टंटबाजी केली जाते. लग्न लागलं म्हणजे निवडणूक आटोपली, आता कुणीही सत्ताधारी असो ज्या प्रश्नांना घेऊन त्यांनी नाच केला त्या समस्यांना सामूहिक सत्यनारायण घातला जातो. पुन्हा तेच चक्र नव्याने सुरू होत असते.

एवढं सारं प्रत्येकदा घडूनही तरुणांना या प्रकाराची चीड येत नाही आणि आली तरी मनातला संताप व्यक्त करणार कुठे? अरे! तो तर आपल्या समाजाचा-जातीचा, आवडत्या पक्षाचा आहे. यांच्यासाठीच तर "...... भाऊ, तुम आगे बढो, हम तुम्हारे साथ है|" च्या घोषणा दिल्या होत्या. भाऊसुध्दा तरुणांसाठी किती करतो बघा. मतदारसंघात एखादी स्पर्धा कार्यक्रम घेतो, सर्व तरुणांना मोफत टी शर्ट, क्रिकेटच्या किट वाटतो. पक्षाचं चिन्ह असलेल्या छत्र्या, चष्मे आणि माताभगिनींसाठी साड्या वाटतो. जवळ येऊन उगामुगाची विचारपूस करून पाठीवर हात ठेवतो. कार्यकर्त्यांसाठी ओल्या पार्टीची सोय ठरलेलीच असते. आता तरुणांना आणखी काय हवं? स्वतःच्या उत्कर्षासाठी प्रत्येक राजकारणी एकमेकांशी संबंध ठेवून असतात. लोकांना दाखविण्यापूरती दिवसा टीव्हीवर आणि विधिमंडळात एकमेकांवर आगपाखड केली जाते. आणि त्याच रात्री एकमेकांना फोन करून किंवा प्रत्यक्ष भेटून सर्व 'सेटिंग' पूर्ववत होते. हे सर्व माहिती असूनही आजचा तरुण एखाद्या विशिष्ट पक्षाला आपला समजून इतर पक्षावर तोंडसुख घेण्यासाठी समाजमाध्यमावर सरसावला जातो. जात, धर्म, भाषा, संस्कृती ह्यांच्या झापडबंद कल्पना समोर आणून याच युवकांचा वापर हे राजकीय मंडळी करीत असतात. तरुणांची माथी भडकविण्यासाठी आणि कट्टर

बनविण्यासाठी साम, दाम, दंड, भेदाचा उपाय अंगीकारायला हे मागेपुढे पाहात नाहीत. एकदा का कट्टरता तरुणांच्या डोक्यात घुसली की मग कट्यारीच्या बळावर का असेना पद किंवा खुर्ची मिळणे आपणांस अशक्य नाही हे ते जाणून असतात. सामान्य, गरीब, मजूर, शेतकऱ्यांच्या पोरांनी कितीही अभ्यास केला किंवा गुणवत्ता दाखवली तरी त्यांना रोजगार मिळत नाही, व्यवसाय करण्यासाठी बँका कर्ज देत नाहीत. पण राजकारणात येऊ इच्छिणाऱ्यांनी, राजकारणात असलेल्यानी एकदा आमदार खासदारकीची निवडणूक जिंकली तरी पेन्शन, पगार, भत्ते आणि इतर मार्गाने कमावलेल्या मालाच्या भरवशावर यांच्या जीवनभराची सोय होत असते.

आजचा तरुण व्यसनाधीनतेकडे वळला आहे. दारू, सिगारेट, गुटखा, मटका या गोष्टी सर्रास चालतात. मित्रांच्या खातर सगळं करताना आपल्या भविष्याची तजवीज करणे तो विसरून जातो. मोबाईल क्रांतीने सर्वांना अगदी जवळ आणले. असं असलं तरी एकदा रिचार्ज करून महिनाभर चालणारा डाटा संपविण्यासाठी फालतुचे व्हिडीओ बघणे, समाजमाध्यमावर चॅटिंग करणे, नुसतेच फोटो-व्हिडीओ पोस्ट करणे किंवा स्वतःच्या मनोरंजनासाठी ऑनलाईन गेम खेळणे यातच रममाण होणारा तरुणवर्ग स्वतःची ऊर्जा आणि वेळ विनाकारण खर्च करतो. वास्तविक पाहता त्या मोबाईलचा वापर चांगल्या कामासाठी करता येतो पण त्याची जाण सर्वांना नसतेच मुळी. मार्गदर्शनाचा अभाव आणि कोणाचेही ऐकून न घेण्याची वृत्तीच या सर्वाला कारणीभूत ठरते.

युवकांना सामाजिक व राजकीय स्तरावरील होणारा अत्याचार, बंधने आणि कायदे जाचक वाटत असले तरी आणि त्या विरोधात बंड पुकारून हे प्रश्न आपणहून सोडविण्याचा विचार असला तरी त्याविरोधात प्रत्यक्ष बंड करणे सर्वांनाच शक्य नसते. आदिलशाही आणि निजामशाहीने चालविलेल्या लूट-अन्यायाच्या विरोधात बालपणीच शिवबाने तलवार हातात उचलली. १९१९ साली जनरल डायरने जालियनवाला बाग घडवून आणला आणि त्याची परिणती म्हणून भगतसिंग, राजगुरू, सुखदेव, आझाद आणि बिस्मिल सारखे क्रांतिकारी रत्न भारताला मिळाले. आजची परिस्थिती अगदी तशी

नसली तरी आपले अधिकार हिरावणारी, अन्याय करणारी नक्कीच आहे. ही परिस्थिती बदलायची असेल तर प्रस्थापितांविरुद्ध बंड करणे, प्रतिकार करणे आवश्यक ठरते. त्यासाठी बंदूक किंवा तलवारीचा वापर करावा हे मात्र मुळीच अपेक्षित नाही. सामान्य युवकांना किडेमुंग्या समजणाऱ्या राजकीय शक्तिला अद्दल घडवायची असेल तर गाढ झोपेत नुसते दिवास्वप्न बघणाऱ्या तरुणांना आता जागावे लागणार आहे.

प्रशासन आणि नागरिकांना सळो की पळो करून सोडणाऱ्या कोरोना लाटेने भारतीय अर्थव्यवस्थेवर खूप खोल व्रण सोडले आहेत. जाणकारांच्या माहितीनुसार या काळात जवळपास १० कोटी भारतीयांच्या रोजगारावर गदा आली. Centre for Monitoring Indian Economy (CMIE) च्या सर्वेक्षणानुसार भारतात (संदर्भ-बेरोजगारीचा दर) मागील मे महिन्यात आतापर्यंतचा सर्वाधिक ११.९० टक्के इतका होता. या जगद्व्यापी साथीने सर्वच क्षेत्रातील खाजगी कंपन्या आणि प्रतिष्ठानांची वाताहात झाली. राज्य आणि केंद्र सरकारची आवक घटली म्हणून नव्या नोकऱ्यांची अघोषित संचारबंदी सरकारांनी सुरू केलेली आहे. पण ही परिस्थिती फक्त आताच निर्माण झाली असे मुळीच नाही. राज्य आणि केंद्र सरकारच्या विभागांतील लाखो पदे पूर्वीपासूनच रिक्त आहेत. सरकारांची आर्थिक परिस्थिती चांगली असो वा नसो, बेरोजगारांकडे दुर्लक्ष करण्याचा शिरस्ता आधीपासूनच सुरू आहे. कोरोना फक्त निमित्तमात्र. शिक्षित तरुणांच्या अपेक्षित नोकऱ्यांच्या अपेक्षा पूर्ण करतील असा रोजगार निर्मितीचा कार्यक्रम फक्त कागदावरच आखून ठेवलेला असतो. तो आपणहून प्रत्यक्षात कधी उतरेल याची कुणीही गॅरंटी देऊ शकत नाही. मात्र ग्रामपंचायतीच्या सरपंचापासून आमदार, खासदार, मंत्री आणि राष्ट्रपतींच्या भत्ते-मानधनवाढीवर कुठल्याही आर्थिक टंचाईचे संकट आड येत नाही.

मागे एकदा मा. पंतप्रधानांनी बेरोजगार तरुणांना भजी तळण्याचा मोफत सल्ला दिलेला आठवत असेलच. नुसत्या फुशारक्या मारून फक्त स्वतःच्याच 'मन की बात' करणाऱ्या मा. पंतप्रधानांना (संदर्भ-

तरुणाईच्या तरुण अपेक्षा) आणि त्यांच्या मनाचा ठाव कधीतरी घेता येईल का? संसदेत आणि जनसभांत स्वतःचेच हसे करून घेणारे काँग्रेसी युवराज फक्त ट्विटरवर आकडेवारी प्रस्तुत करून आणि हॅशटॅग ट्रेंड करून खरंच रोजगार मिळवून देणार आहेत का? नैराश्याने ग्रासलेल्या तरुणांसाठी रस्त्यावर उतरून विपक्षी आवाज बुलंद करण्याची 'हीच ती वेळ' हे आतापर्यंत यांच्या लक्षात आले नाही याचे आश्चर्य वाटते. उच्चशिक्षित आणि प्रशासनाची जाण असलेले दिल्लीचे मुख्यमंत्री केजरीवालही पारंपरिक राजकारणात उतरलेले दिसून येतात. निवडणूक जिंकून पाय पसरवण्यासाठी मोफत मेट्रो, बससेवा आणि विजेची घोषणा करणे; मंदिर वाचविण्यासाठी रस्त्यावर बसून हनुमानचालीसा आणि सुंदरपाठ पठण करणे, करोडो रुपये नुसत्या सरकारच्या जाहिरातीवर खर्च करणे याला निव्वळ मूर्खपणा म्हणावा लागेल. मुस्लिमांचे मासिहा समजणाऱ्या ओवैसी साहेबांना आपल्या धर्मातील तरुणही बेरोजगार आहेत हे कोण सांगणार? निव्वळ राजकीय, धार्मिक तेढ निर्माण करण्याशिवाय दुसरे काम कधीतरी करणार का? महाराष्ट्रात निवडणुकीच्या दिवसापर्यंत एकमेकांना शिव्याशाप देणारे आणि आपापले वेगळे तत्वज्ञान सांगणारे कट्टर विरोधी एकत्र येऊन सरकार स्थापन करतात. का? सत्तेचा हव्यास की एखाद्याचा फक्त पाडाव करण्याची मनोच्छा. पश्चिम बंगालच्या मुख्यमंत्री बाईंना सर्व विरोधी पक्षांना एकत्र येण्याची विनंती करावी लागते, विशिष्ट मतपेढीवर नजर ठेवून स्वतःच गोत्र सांगण्याची गरज पडते. असे का? यातल्या कुणाला तरी बेरोजगारांसाठी कायमचे प्रयत्न करतांना आपण बघितलं आहात? प. बंगाल, ओडिशा, उत्तर प्रदेश आणि बिहारातून कित्येक युवक फक्त पोटापाण्यासाठी राज्यांतर्गत स्थलांतर करतात. मात्र स्वतःच्याच राज्यात सरकारविरोधात जाऊन हक्काचा रोजगार पदरात पाडून घेण्यासाठी संघर्ष करण्याची तयारी कुणीही दर्शवत नाही! असे कसे चालेल? महाराष्ट्रात MPSC च्या पद नेमणुका बाकी आहेत. शिक्षकभरती, पोलिसभर्ती, आरोग्यसेवा भरती कित्येक दिवसांपासून अडकून पडलीय. याविरोधात कोण एकवटणार?

जगणं मुश्किल होऊन गेलेल्या आणि पांढरपेशी राजकारण्यांच्या सापेक्ष जाळ्यात फसलेल्या तरुणांना रोजगार मिळविण्यासाठी स्वतःची चळवळ निर्माण करावीच लागेल. आपण सर्व रोजगाराचे हक्कदार आहोत, त्यामुळे होत असलेला अन्याय सहन करीत राहण्यापेक्षा बंधने झुगारून प्रत्यक्ष कृतीतून राज्यकर्त्यांना प्रत्युत्तर देण्याचे कार्य फक्त युवकच करू शकतात याचा साक्षात्कार वेळीच होणे गरजेचे आहे. नुसती डिग्री आणि प्रमाणपत्रे गोळा करून त्याचा गुलकंद तयार करण्यापेक्षा संघटित होऊन प्रस्थापितांना जाब विचारला पाहिजे. जात, प्रवर्ग, धर्म, भाषा, पक्ष यांचे मानगुटीवर बसलेले भूत उतरवून; भाडखाऊ नेत्यांच्या मागे धावणे सोडून; स्वतःच्या न्यूनगंडाचे विसर्जन करून; व्यसनाधीनता टाकून; मोबाईलची डाटावाली गुलामगिरी सोडून; आत्महत्येचा निराश पर्याय झुगारून स्वतःच्या विवेकबुद्धीचा वापर करीत मरगळलेल्या व्यवस्थेचे धाबे दणाणून सोडण्यासाठी आता सुरुवात केलीच पाहिजे. विज्ञानातील अनुकूलन (Adaptation) आणि समाजशास्त्रातील परिवर्तन (Change) या संकल्पनांची नुसती माहिती असून भागणार नाही तर त्याचे उपयोजन करण्याची हीच ती वेळ. कोणतीही 'मूव्ह' न घेता नुसते 'मेंटल' बनण्यात अर्थ नाही. सैद्धांतिक विचारप्रणालीच्या आधारांवर 'यंग मूव्हमेंट' ही काळाची गरज आहे. त्यासाठी,

"हे तरुणा ऊठ, जागा हो!

आपल्याच भविष्याच्या माळेचा धागा हो!"

15

शिक्षणाचा गोंधळ आणि परीक्षेतील मुजरा

"सांग सांग भोलानाथ, पाऊस पडेल काय?"

"शाळेभोवती तळे साचून, सुट्टी मिळेल काय?"

पंधरा एक वर्षाआधी शाळकरी मुलांच्या तोंडी असलेले हे गीत आजही कित्येकांना मुखपाठ असेल. शाळेला सुट्टी मिळावी यासाठी बालपणी विधात्याला साकडे घालणारे आताच्या विद्यार्थ्यांना त्यामानाने नशीबवान समजू लागलेत. मागील एक दीड वर्षात संपूर्ण जगाचे सामाजिक, मानसिक आणि आर्थिक जीवन आक्रसून सोडणाऱ्या कोरोना वायरसने शिक्षणव्यवस्थेला सुद्धा धारेवर धरले आहे. शिक्षण घेणाऱ्या विद्यार्थी आणि शिक्षकांना संसर्ग होऊ नये, यासाठी भारतातील प्रत्येक शाळांना आणि प्रत्यक्ष वर्गांना कुलूप ठोकण्यात आले. शिक्षणाचे धडे गिरविण्यासाठी विद्यार्थ्यांना आता कॉम्प्युटर किंवा मोबाईलच्या समोर बसावे लागते. शाळेत मिळणारे प्रत्यक्ष

आनंदी शिक्षण आणि ऑनलाईन देण्यात येणारे रटाळ आभासी शिक्षण यात कमालीचा फरक आहे. असे असले तरी डिजिटल प्लॅटफॉर्मवर देण्यात येणाऱ्या शिक्षणाला सद्यस्थितीत पर्याय नाही हे मान्य करावे लागेल. अध्यापन पद्धती, अध्ययन अनुभव आणि मूल्यमापन तंत्रे यांचा ऑनलाईन शिक्षणात मेळ न बसल्याने पूर्वप्राथमिक शिक्षणापासून पदव्युत्तर स्तरापर्यंतच्या विद्यार्थ्यांना प्रत्यक्ष अनुभवाला मुकावे लागतेय ही खेदाची बाब आहे.

अडचणीच्या काळात (कोरोनामुळे) पर्यायी व्यवस्था म्हणून स्वीकारण्यात आलेली ऑनलाईन शिक्षणपद्धती सर्वच अंगांनी विद्यार्थ्यांसाठी सोईस्कर आहे असे मुळीच नाही. भारतासारख्या जास्त आणि गरीब लोकसंख्या असलेल्या राष्ट्रात तर अर्ध्याअधिक विद्यार्थ्यांपर्यंत हे शिक्षण पोहचू शकत नाही आणि ते कित्येक कुटुंबाना परवडण्याजोगेही नाही. तरीसुद्धा महाराष्ट्रासह अनेक राज्यांनी 'शाळा बंद तरी शिक्षण सुरू' यासारखे उल्लेखनीय उपक्रम राबविले. आतासारखी परिस्थिती यापूर्वी कधीही अनुभवलेली नाही, पण शिक्षण या गरजेची तीव्रता बघता घाईघाईत ऑनलाईन शिक्षण-वर्गाचा निर्णय घेण्यात आला. यामुळे डिजिटल माध्यमांची उपलब्धता नसलेला मोठा विद्यार्थी गट या आभासी वर्गाबाहेर फेकला गेला. शिक्षण हा बालक आणि व्यक्तीचा मूलभूत अधिकार असला तरी तो या अप्रत्यक्ष 'शाळांत' प्रत्येकाला मिळावा यासाठी कुठलीही तजवीज शिक्षण विभागाने केलेली नाही. अर्ध्याअधिक कुटुंबाकडे स्मार्टफोन्स, कॉम्प्युटर किंवा लॅपटॉप यापैकी काहीही नाही. ग्रामीण भागातील विद्यार्थ्यांना या साधनांची वानवाच असावी. स्मार्टफोन घरी असले तरी वर्गाच्या वेळेवर ते मिळत असतील की नाही याबाबत शंका आहेच. लोडशेडिंग आणि विजेचा लपंडाव ही समस्या तर ग्रामीणांच्या पाचवीला पुजलेली. इंटरनेट कनेक्टिव्हिटी, नेटवर्क प्रॉब्लेम हेही नित्याचेच. साहजिकच हवे असलेले अध्ययन अनुभव या विद्यार्थ्यांना प्रत्येकदा मिळालेले नसतील. शहरी विद्यार्थी आणि पालक याबाबत अधिक जागरूक दिसतात. काही अपवाद वगळल्यास शहरातील विद्यार्थ्यांसाठी डिजिटल शिक्षण साधनांची पूर्तता सहज होत असते.

ग्रामीण आणि नागरी तुलनेअंती 'सार्वत्रिक, सर्वांसाठी समान' हे शिक्षणाचे महत्त्वाचे उद्दिष्ट साध्य करणे या माध्यमातून सध्यातरी अशक्यच आहे.

युट्युब, व्हिडीओकॉलींग आणि इतर समाजमाध्यमांच्या साहाय्याने कथन किंवा दिग्दर्शन पद्धतीने देण्यात येणारे शिक्षण अनुभव विद्यार्थ्यांच्या ज्ञानात किती भर पाडू शकत असेल? यातून फक्त शैक्षणिक आदानप्रदानाशिवाय काहीच प्राप्त होत नाही. शारीरिक आणि मानसिक विकास या माध्यमातून होत नसल्यामुळे विद्यार्थ्यांचा सर्वांगीण विकास साधणे दुरापास्त आहे. शाळा किंवा महाविद्यालयातून मिळणाऱ्या औपचारिक आणि प्रत्यक्ष शिक्षणाला पूरक असा पर्याय अस्तित्वात नाही. डिजिटल शिक्षणाचा प्रस्ताव-पर्याय ठेवण्यापूर्वी मनुष्यबळ विकास मंत्रालयाने किंवा कोणत्याही राज्याच्या शिक्षण मंत्रालयाने कोणतीही मार्गदर्शक तत्त्वे किंवा नियम तयार केलेले नाहीत. ऑनलाईन शिक्षण ही भविष्याची गरज असली तरी ते सध्या अपूर्ण तयारीने विद्यार्थ्यांवर थोपवल्या गेले आहे असाच त्याचा अर्थ होईल.

जागतिक महासत्ता म्हणून उदयास येत असलेल्या प्रजासत्ताक राष्ट्राच्या प्रधानमंत्र्यानी सीबीएसई बारावीच्या परीक्षा रद्द करण्याचा अभूतपूर्व निर्णय घेतला. त्यांच्याच पावलांवर पाऊल ठेवत अनेक राज्यांच्या मुख्यमंत्र्यांनी "विद्यार्थ्यांच्या जीवाशी खेळ नको" म्हणून केंद्र सरकारचा हा भावनिक निर्णय कॉपी करून आपापल्या राज्यात पेस्ट केला. उच्चशिक्षण आणि विद्यार्थ्यांच्या व्यक्तिगत जीवनाचा पाया म्हणून बारावीच्या परीक्षेला भारतीय शिक्षणपद्धतीत अनन्यसाधारण महत्त्व आहे. अनेक शिक्षणतज्ञ, अधिकारी, शिक्षक आणि पालक संघटनांशी चर्चा करून हा निर्णय घेण्यात आला असला तरी निर्णय घेण्यात घाई झालीच नाही असेही आपण म्हणू शकत नाही. निवडणूक घेतांना निवडणूक आयोग नागरिकांचे अधिकार आणि लोकशाहीचे हित म्हणून संपूर्ण नियोजनाने निवडणूक प्रक्रिया राबविण्याचा समजदार निर्णय घेऊ शकतो. अगदी कोविड काळात विविध राज्यात यशस्वीपणे निवडणुका घेऊन दाखविण्याची किमया

आयोगाने केली. विद्यार्थी लहान असल्याने त्यांच्यात समजूतदारपणा तेवढा नसतो, हे जरी मान्य असले असले तरी परिस्थिती निवळण्याची वाटही बघू नये किंवा त्यावर कुठलाही ठोस उपाय शोधण्याचा प्रयत्नच करू नये याला सत्ताधीशांचा नाकर्तेपणा नाहीतर काय म्हणावे?

बारावीनंतर व्यावसायिक अभ्यासक्रमांसाठी NIIT, JEE, CET यांसारख्या भिन्नभिन्न प्रवेश परीक्षा होत असतात. इतर प्रकारचे उच्चशिक्षण आणि पदवी शिक्षण हेसुद्धा बारावी परीक्षेच्या गुणांवर आधारित असते. अनेक विद्यार्थी याच आधारावर विदेशी शिक्षण घेण्यासाठी जात असतात. परीक्षा रद्द झाल्याने बहुतांश विद्यार्थ्यांचा ताण कमी होण्याऐवजी तो अधिकच वाढलाय हे आता लक्षात येत आहे. सीबीएसई बोर्डाने सर्वोच्च न्यायालयात सादर केलेल्या प्रतिज्ञापत्रानुसार दहावी बोर्ड, अकरावी अंतिम परीक्षा आणि बारावीची प्री-बोर्ड परीक्षा या आधारावर बारावीच्या विद्यार्थ्यांना सरासरी गुण देण्यात येणार आहेत. हेच सूत्र कॉपीपेस्ट करून बहुतेक राज्यातील बोर्ड सुद्धा वापरणार हे निश्चित. वर्षभर ऑनलाईन शिक्षणामुळे मानसिक तणावात असलेल्या विद्यार्थ्यांचा बारावी परीक्षेचा गोंधळ सुटला असला तरी देण्यात येणारी 'सरासरी गुणवत्ता' आता त्यांना स्वस्थ बसू द्यायला तयार नाही. सोबत प्रवेश परीक्षा आणि आपल्या करिअरची चिंताही अधिकच डिप्रेशन देऊन जात आहे.

एप्रिल-मे च्या मध्यावधीत कोरोनाचा जोर भारतात सर्वाधिक होता. सोबतीला राजकारण आणि एकमेकांविषयी असलेली राजकीय ईर्ष्या लसीकरणाचा वेग मंदावण्यास मदत करीत होती. भारतीय बनावटीच्या दोनदोन लसी उपलब्ध असूनही लसीकरणाचे नियोजित उद्दिष्ट आपण अद्याप गाठू शकलो नाही. कोवॅक्सिन आणि कोविशिल्ड या दोन्ही लसी अठरा वर्षाखालील मुलांना देता येत नाही. (सध्या ३ ते १८ वयोगटातील चाचण्या सुरू आहेत.) संपूर्ण विद्यार्थ्यांना या लसी देऊन परीक्षेला बसविणे अशक्यच होते, यदाकदाचित देता आल्या असत्या तरी यात आणखी तीन महिन्यांचा कालावधी लोटला असता. बारावीची परीक्षा आयोजित करण्याचे कठीण काम म्हणजे तारेवरची कसरत होती, त्यामुळे घेण्यात आलेला निर्णय अगदी बरोबरच होता असा

मतप्रवाह बहुतांशी दिसून येईल. आसाम राज्यातील आसाम उच्च माध्यमिक शिक्षण परिषदेने (AHSEC) केंद्र आणि इतर राज्यांच्या या निर्णयाविरोधात जाऊन बारावीच्या परीक्षा जुलै आणि ऑगस्ट महिन्यात होणार असल्याची घोषणा केली आहे. या परीक्षेची तयारीही त्यांनी आतापासूनच केलीय. या छोट्या व दुर्गम राज्याची इच्छाशक्ती आणि कर्तव्यदक्षता लक्षात घेतल्यास सद्यपरिस्थितीत इतर राज्यांसाठी आणि सीबीएसई बोर्डासाठी हे अशक्य नाही. परीक्षा रद्द करण्याचा निर्णय घेऊन जेमतेम पंधरा दिवसच झाले आहेत. आता परिस्थिती हळूहळू पूर्वपदावर येत आहे. बहुतेक राज्यातील संचारबंदी संपलेली असल्याने शक्य असलेल्या ठिकाणी परीक्षा घेता येऊ शकेल, अर्थातच ती सरकारे किती लवचिकता दाखवितात यावर सर्व अवलंबून आहे.

माननीय प्रधानमंत्र्यानी 'आपदा मे अवसर' या सुचविलेल्या मंत्राला अनेक उद्योजकांनी उत्स्फूर्त प्रतिसाद दिला. कोविडच्या एन्ट्रीसोबतच BYJU'S, Vedantu, Cuemath, Unacademy यासारख्या ऑनलाइन शिक्षण देणाऱ्या अँपच्या कंपन्यांनी आपल्या धंद्यात जम बसविला. मोठमोठ्या कोचिंग क्लासेसच्या नावावर होत असलेली लूट काहीशी कमी झाली असली तरी ती आता दुसऱ्या मार्गाने उद्योजकांच्या घशात जात आहे. खाजगी कंपन्या या प्रकारचे कोचिंग प्लॅटफार्म तयार करू शकतात तर मग एवढ्या मोठमोठ्या IT आणि हार्डवेअर कंपन्या, DRDO, ISRO, अनेक विज्ञान संस्था, विद्यापीठे मालकीची असलेल्या भारत सरकारला देशातील विद्यार्थ्यांच्या शिक्षणासाठी ऑनलाइन प्लॅटफार्म उपलब्ध करून देता येणार नाही का? संकटातील संधी शिक्षण क्षेत्रासाठी मुळीच नसेल का? तसेही आजतागायत आरोग्य आणि शिक्षण या मुद्द्यावर कोणत्याही सरकारने ठोस पाऊले उचललेली नाहीत आणि अर्थसंकल्पात भरीव अशी तरतूदही केलेली नाही. थातुरमातुर केलेल्या तरतुदीतील निम्मा पैसा खर्चही होत नाही. कोरोनाने आरोग्य व्यवस्थेचे धिंडवडे काढल्यावर नागरिक आणि राज्यकर्त्यांच्या लक्षात येऊ लागले. धरणाच्या भिंतीला पडलेले भोक बुजविणे अशक्य असते. भ्रष्टाचार माजलेल्या आणि राजकारण्यांसाठी

महत्त्वहीन असलेल्या शिक्षण क्षेत्राचेही तसेच होणार का? ही परिस्थिती सव्वा वर्षात दोनदा ओढवली, निराळे रूप घेऊन समोर पुन्हा प्रकट होणारच नाही याची शाश्वती कोण देऊ शकेल? मग आतासारखा यापुढेही शिक्षणाचा बट्ट्याबोळ होऊच देत राहायचा का? वरातीमागून घोडे नाचविणाऱ्या प्रत्येक सरकारांनी आतापर्यंत हेच केले. विद्यार्थ्यांच्या पर्यायाने देशाच्या उज्ज्वल भवितव्याच्या दृष्टीने दाखविण्यापूरते निर्णय न घेता सर्वांगीण विचार करून काहीतरी ठोस करायला या मतिमंद बुद्धिवंतांना आतातरी सवड मिळणार काय? की शिक्षण क्षेत्र नेहमीसारखे अडगळच बनून राहील?

यापूर्वी या कोविड स्थितीसारखा कुठलाही अनुभव जगाने अनुभवलेला नाही. त्यामुळे मागील अनुभवातून शिकण्याची सोय आपल्याला नसल्याने या जटील आणि महत्त्वपूर्ण आव्हानावर प्रभावी उपाय शोधणे कठीणच आहे पण अशक्य नाही. याच रोगावर मात देण्यासाठी देशात अवघ्या सहा महिन्यात वॅक्सिन शोधली जात असेल तर मग शिक्षणाचं भलं करण्यासाठी पूरक अशी ऑनलाइन शिक्षणपद्धती आणि मूल्यमापन तंत्र शोधण्यासाठी प्रयत्न करणे गरजेचे ठरते. कोणत्याही देशाला त्याचे वैभव प्राप्त करून घ्यायचे असेल तर गुणवत्तापूर्ण शिक्षणावाचून पर्याय नाही. पूर्वप्राथमिक स्तरापासून उच्चशिक्षणापर्यंत सध्या सुरू असलेला 'शिक्षणाचा गोंधळ आणि परीक्षेतील मुजरा' थांबवायचा असल्यास शिक्षणाला गंभीर बाब समजून त्याच्या उत्कर्षासाठी सर्वतोपरी प्रयत्न करणे क्रमप्राप्त आहे. येणाऱ्या संकटाचे पूर्वानुमान काढता येत नसले तरी भविष्यात येणाऱ्या परिस्थितीला तोंड देण्यासाठी भारतीय शिक्षणपद्धती मुत्सद्दीपणे उभी राहील याची तजवीज आताच करून ठेवावी लागेल.

16

तरुणाईच्या तरुण अपेक्षा

"निवडणुकांची लगीनघाई सुरू झाली की लगेच तरुणांना केंद्रस्थानी ठेवून मीडियातील पत्रकार बांधव त्यांच्या कट्ट्यावर जाऊन मुलाखती घेतात. नवीन सरकार आणि लोकप्रतिनिधींकडून त्यांच्या अपेक्षा जाणून घेण्याचा हा प्रयत्न असतो. शाळा कॉलेजेस, व्यवसायसंधी आणि कधी नव्हे एवढी फुगलेली बेरोजगारी यावर चर्चासत्र आयोजिले जातात. वृत्तपत्रातील रकाने तरुणांच्या अपेक्षांनी भरले जातात. मग हेच हेरून लबाड राजकारणी आणि पक्ष आपल्या जाहीरनाम्यात तरुणांसाठी 'खास तरतुदी' करतात. हे सर्व निवडणूक आटोपेपर्यंतच असते. एकदाची निवडणूक संपली की तो केंद्रस्थानी असलेला तरुण आपोआपच त्या वर्तुळातून बाहेर फेकला जातो."

कित्येक दिवसापासून स्पर्धा परीक्षा, सरळसेवा भरती, शिक्षक भरती, पोलिस भरती यासाठी तयारी करीत असलेल्या तरूणांना फक्त

आश्वासनच मिळत आले आहे. बेरोजगारीने त्रस्त झालेल्या युवकांना रोजगार नोकरीच्या संधी उपलब्ध करून द्याव्यात यासाठीचा लावलेला तगादा नवीन नाही, पण त्याचा प्रभाव आता मात्र वाढलाय. महाराष्ट्राच्या सुदैवाने आज तरुण मराठी नेतृत्व उभारी घेत आहे. आदित्य ठाकरे, रोहित पवार, अदिती तटकरे, धीरज देशमुख, अमित देशमुख, प्रणिती शिंदे, ऋतुराज पाटील, सिद्धार्थ शिरोळे यांसारखे नेतृत्व महाराष्ट्राच्या विधिमंडळात पोहचले आहे. ट्विटर, फेसबुक यासारख्या समाजमाध्यमातून संपर्कात असल्याने आपल्या मतदारसंघातील आणि संपूर्ण राज्यातील 'तरुण समस्या' यांच्या कानी पोहचत असतात.

कोरोनाच्या संसर्गाने जगभरातील सरकारे पुरती मेटाकुटीला आलीत. अर्थव्यवस्था कोलमडली आहे, या संचारबंदीच्या काळात सरकारांना नवीन काही करण्याची संधी नाही. उलटपक्षी खर्च कमी करण्यावर भर देणे गरजेचे आहे. हेच सर्वांच्या मनात ठासून भरल्या जात आहे. मागील महिन्यात महाराष्ट्र शासनाकडून नवीन परीक्षा आणि पदभरतीला लगाम घालण्याचा शासननिर्णय जारी करण्यात आला. तसा तरुणांमध्ये नाराजीचा सूर उमटू लागलाय. कोरोना व्हायरसच्या संसर्गावर सरकार न खचता उपाययोजना करीत आहे, मग याच तळमळीने बेरोजगारीवर उपाय शोधू शकणार नाही का?

वर उल्लेखित बरेच आमदार हे घराणेशाहीचे द्योतक आहेत. आपल्या सोयीनुसार राजकारण करणे आणि अडचणींच्या मुद्द्यांना बगल देणे हे यांना जमतच असेल. सत्ताधारी आहोत म्हणून उच्च नेतृत्वाकडून घेतलेल्या चुकीच्या निर्णयाला विरोध करण्याची धमक कुणीही दाखवली नाही. कोरोनाकाळात गृह विभाग आणि आरोग्य विभागाची यंत्रणा अपुऱ्या मनुष्यबळाने चव्हाट्यावर आली. मग सारवासारव म्हणून या विभागातील पदभरतींला नाईलाजाने परवानगी दिल्या गेली. शिक्षण विभागातील २४००० शिक्षकभरती सोबत निरनिराळ्या विभागातील ७२००० रिक्त पदांच्या भरतीचे आमिष मागच्या सरकारने दाखविले. त्यांच्या कार्यकाळात तयार झालेल्या महापरीक्षा पोर्टलवर सदोष परीक्षापद्धतीमुळे प्रश्नचिन्ह उभे राहिले

होते. त्यांच्याच पावलांवर पाऊल ठेवत आताच्या सत्ताधारी पक्षांच्या जाहीरनाम्यात याच पदभरतीचा पुन्हा उल्लेख करण्यात आला. सोबतच सक्षम अशी परीक्षा पद्धती निर्माण करण्यात येईल याची ग्वाही सुद्धा त्यांनी दिली होती. पण सरकार स्थापनेला सहा महिने होऊनही अद्याप एकाही पदाची भरती झालेली नाही.

लॉकडाऊनमुळे नोकरभरती बंद करून किती पैसे वाचणार आहेत? नवीन परीक्षा होऊ शकत नाहीत, ठीक आहे. पण आधीपासूनच प्रलंबित असलेल्या MPSC च्या याद्या, शिक्षकभरती प्रक्रिया तर होऊ शकतात ना! या तरुण नेतृत्वाला याबाबत कित्येक सूचना आणि निवेदने मिळालेली असतीलच. राज्यातील तरुण मंडळी या आपल्या नेत्यांकडे तगादा लावतात मग याच तरुण नेतृत्वाने यांच्या समस्या सोडविण्यासाठी सरकारकडे तगादा लावायला नको का?

गरीब मजूर, शेतकऱ्यांची मुले मोठी स्वप्ने उराशी बाळगून शहरात जाऊन स्पर्धा परीक्षेची तयारी करीत आहेत. दिवसभर वाचनालयातील टेबलावर ढुंगणाचे कातडे झिजवून त्यांना काय मिळते आहे? याचा विचार करायला नको का? सरकारच्या अखत्यारीत येणाऱ्या प्रत्येक विभागातील हजारो पदे आज रिक्त आहेत. महापरीक्षा पोर्टल बंद केल्याने त्या ठिकाणी नवीन प्रणाली स्थापित करण्यासाठीचे कार्य कासवगतीने सुरू आहे. आरोग्य, गृह आणि ऊर्जा या विभागात नवीन पदभरतीचे आश्वासन मिळालेले आहे. प्रत्यक्ष भरतीची कार्यवाही कशी आणि कधी सुरू करणार? सरकारी नोकरीच्या आकांक्षेने तयारी करणारा तरुण मनातून पूर्ण ढासळलाय हे सरकारच्या केव्हा लक्षात येईल?

मागील वर्षी महापरिक्षा पोर्टल बंद करण्यासाठी प्रत्येक जिल्हास्तरावर संघटित आंदोलन उभे करणारे तत्कालीन आमदार आणि आताचे शिक्षण राज्यमंत्री मा. बच्चू कडू साहेब या प्रश्नावर आता काहीच बोलत नाहीत. मा. राज्यमंत्री साहेब याआधीही शिक्षकांच्या बदल्यांचा प्रश्न घेऊन उभे होते आणि आजही तिथेच थांबलेत. शाळांना पर्यायाने विद्यार्थ्यांना शिक्षकांची गरज आहे हे दडवून आयत्या बिंदूनामावलीवर बदली प्रक्रिया आधी आटोपून घ्यावी यासाठीच प्रयत्नशील दिसताहेत. पवार घराण्याचे वारस आणि संयमी, अभ्यासू

नेतृत्व म्हणून मा. रोहित पवार साहेब सोईनुसार मागण्या रेटताहेत. मा. आदित्य ठाकरे दादांना मुंबई आणि पर्यावरणाव्यतिरिक्त तरुणांच्या रोजगार समस्या दिसतच नाहीत.

राज्यावर कर्जाचा डोंगर उभा आहे, पैसे नाहीत म्हणून हात झटकण्यापेक्षा महसूल वाढीसाठी प्रयत्न करणे गरजेचे आहे. गरज नसताना फुकटच्या सवलती देणे बंद करणे; शेती व शेतीपूरक व्यवसाय, पर्यटन, उद्योगाला चालना देणे यातून राज्यसरकारची घडी व्यवस्थित बसू शकेल. त्यासाठी प्रयत्न आवश्यक आहेत. या कोरोनाकाळात सर्व गोष्टी शक्य नाहीत पण अशक्य सुद्धा नाहीतच. या संसर्गाचा प्रकोप केव्हा कमी होईल हे सांगता येत नाही. महसुलातून होणारी सरकारची आवक कमी झाली हे सुद्धा मान्य आहे. पण यामुळे तरुणांच्या स्वप्नांवर पाणी फेरले जावे हे योग्य नाही. प्रसंगी 'एक वर्ष विनावेतन काम करू पण आधी नोकरी द्या' म्हणणाऱ्या या तरुणांसाठी सरकार काहीच उपाययोजना करू शकत नसेल तर व्यवस्था आणि सरकारवरचा विश्वास उडायला वेळ लागणार नाही, हे मात्र नक्की. सवलती आणि पगार माध्यमातून लाखो रुपये महिन्यापोटी कमावणारे आमदार याच राज्यातील तरुणांच्या पोटापाण्याचा प्रश्न सोडवू शकत नाहीत हे दुर्दैव आहे.

निराशेच्या गर्तेत सापडलेल्या तरुणांना नवी आशा दाखविण्याचे आणि त्यांचे मनोबल वाढविण्याचे कार्य या तरुण नेतृत्वाला नक्कीच करता येण्याजोगे आहे. संघटन कौशल्य, निर्णय क्षमता आणि प्रश्नांची जाण असलेल्या या तरुण नेतृत्वाने धर्म, जात, प्रवर्ग, भौगोलिक विभाग यापलीकडे जाऊन नवीन नोकर भरतीसाठी, रोजगार निर्मितीसाठी प्रयत्न करावेत ही तरुणांची अपेक्षा आहे. सरकार दरबारी प्रश्नांची सरबत्ती करून युवकांना गुणवत्तेवर आधारित नोकरी मिळावी यासाठी झटण्याची हीच ती वेळ आहे. बघुयात! कोणाच्या लक्षात येतंय ते.

17

युद्ध ? युद्ध ! युद्ध....!

"*"जमिनीचा तो तुकडा भरतो आहे हळूहळू थडग्यांनी,*"

"*उद्या कदाचित भरेल हे शहर आणि परवा सगळा देशही."*"

दोन देशांच्या बाबतीत युद्धाची अपरिहार्यता याशिवाय दुर्दैवी बाब असूच शकणार नाही. युक्रेन आणि रशियाने युद्ध छेडलंय. कासावीस होऊन जग उभा तमाशा बघतोय. जगातली दुसरी महासत्ता म्हणून नावरूप असलेला रशिया छोट्याश्या युक्रेनला बेचिराख करायला निघालाय. मित्रांनी साथ सोडल्याचा आरोप करीत एकाकी पडलेल्या युक्रेनला स्वार्थी अमेरिका आणि युरोपियन देश आता उसने अवसान आणून मदत करायला निघाले आहेत. युक्रेन-रशिया वादाची कारणे वेगवेगळी असली तरी सरळ युद्ध करून विवाद संपवता येईल या निष्कर्षावर रशिया पोहचला आहे. स्वाभिमान दुखावलेला युक्रेनसुद्धा "प्रतिकार करण्यासाठी प्रतिबद्ध आहे" असल्या फिल्मी स्टाईलने प्रत्युत्तर देण्याचे धाडस करतोय. जगातली बहुतेक राष्ट्रे आता रशिया आणि पुतीनला खलनायकाच्या वरचष्म्यातून बघत आहे. पण

युक्रेनसुद्धा काकणभरही कमी असेल तर शपथ. आपली जिद्द कायम ठेऊन चर्चेने विवाद सोडविण्याऐवजी सहानुभूती घेऊन युद्धाला तोंड देणारा युक्रेनही नायक नाहीच.

डोनेतस्क आणि लुहान्सक हे युक्रेनच्या पूर्वेकडील प्रांत रशियनबहुल आहेत. येथील सरकारेसुद्धा रशियाच्या राजकीय विचारधारेशी संलग्न होती. परिणामी रशियाच्या प्रभावाने दोन्ही प्रांतांनी स्वतःला युक्रेनपासून स्वतंत्र घोषित केल्यावर त्यांच्या विनंतीनुसार रशियन सैन्य पाठवून आक्रमण करण्यात आले. मुळात युद्धाची सुरुवातच इथून झालेली आहे. युक्रेनला नाटोचे (North Atlantic Treaty Organization) सदस्यत्व हवे आहे, पण रशियाला हे पसंत नाही. अमेरिकेचे वर्चस्व असलेली पण जास्तीत जास्त युरोपियन देश असलेली संघटना म्हणजे नाटो. संघटनेची उद्दिष्टे उदारमतवादी असली तरी रशियाला पूर्णपणे नेस्तनाबूत करण्यासाठीच याची मदत होईल असे अमेरिकेला वाटते. युक्रेनला नाटोमध्ये सहभागी करून घेतल्यास रशियाच्या सीमेवर संघटनेचे लष्करी तळ उभारून रशियाला घेरता येणार आहे. रशिया हा जगातील दुसरा सर्वात मोठा नैसर्गिक वायू आणि तेलाचा उत्पादक देश. फ्रान्स, जर्मनी सोबत युरोपातील इतर देशांना 'नॉर्ड स्ट्रीम-२' या पाईपलाईन द्वारे वायू आणि तेलाचा पुरवठा करता येणार होता. पण ही पाईपलाईन रोखून धरून रशियाची आर्थिक गळचेपी करण्याचा मानस अमेरिका आणि मित्र राष्ट्रांचा असू शकतो. या दोन्ही कारणास्तव स्वतःचे अस्तित्व कायम ठेवण्यासाठी रशिया कुणालाही न जुमानता युक्रेनशी दोन हात करीत आहे.

आता रशिया अधिकच आक्रमक होऊन युक्रेनच्या राजधानीपर्यंत पोहचलाय. रशियन फौजांनी चेर्नोबिल अनुप्रकल्प ताब्यात घेतलेला आहे. खारकीव शहरातील गॅस पाईपलाईनमध्ये बॉम्बचा स्फोट करण्यात आला. अनेक इमारती जमीनदोस्त होत आहेत. युक्रेनमधील नागरिक शेजारी देशांत स्थलांतर करीत आहेत. हे सर्व घडत असताना युक्रेनची मित्रराष्ट्रे मात्र आतापर्यंत बघ्याच्या भूमिकेत होती. अमेरिका आणि युरोपियन प्रगत राष्ट्रांनी यात सहभाग घेतलेला नाही. पण समोरची परिस्थिती बघता रशियाशी थेट लष्करी संघर्ष करण्याची वेळ

आल्यास तिसरे महायुद्ध अटळ असेल यात शंका नाही. दुसऱ्या महायुद्धानंतर आंतरराष्ट्रीय क्षेत्रातील शक्ती संतुलनात बरेच बदल झाले होते. पराभवानंतर जर्मनी, इटली, जपान महान शक्तीच्या श्रेणीतून बाहेर पडले. सततच्या युद्धामुळे फ्रान्स, इंग्लंड सुद्धा अधिकच कमकुवत झाले. मात्र चलाखीने अर्थकारण करून अमेरिका मात्र महासत्ता म्हणून उदयास आली. तोडीस तोड देणारी दुसरी महासत्ता फक्त सोव्हिएत युनियन म्हणजे आताची रशिया हीच होती. या दोन महासत्तांचे अनेक वर्षे चाललेले शीतयुद्ध आता पुन्हा एकदा उभारी घेऊ पाहत आहे. आंतरराष्ट्रीय स्तरावर राजकीय सामर्थ्य दाखवणे व अधिक प्रमाणात अर्थार्जन करणे या लालसेपोटी सद्ययुगात अमेरिका, चीन आणि रशिया हे स्वतःला प्रगत म्हणवून घेणारे देश संपूर्ण जगाचा नायनाट करायला निघालेले आहेत. क्षेत्रविस्तार आणि आर्थिक फायद्यासाठी हे देश एकमेकांच्या विरोधात कुरघोडी करण्यास मागेपुढे सुद्धा बघत नाहीत. युक्रेन हा शह-मातच्या या खेळातील प्यादाच ठरावा. अप्रत्यक्षरित्या खरे युद्ध अमेरिका, मित्र राष्ट्र विरुद्ध रशिया, चीन असेच आहे. जर यांस प्रत्यक्ष स्वरूप लाभले तर मात्र विध्वंसाशिवाय जगाच्या हाती काहीएक लागणार नाही. "आम्हीच महासत्ता आहोत" हा फुकाचा आव आणून ते फालतूपद भोगण्यासाठी माणुसकी आणि मानवाधिकाराला काळिमा फासण्याचे काळेधंदे या राष्ट्रांकडून सुरू आहेत.

मूठभर व्हिएतनामला युद्धात हरणाऱ्या महासत्ताधीश अमेरिकेने आताच काही महिन्यांपूर्वी अफगाणिस्तानला विनाशाच्या गर्तेत लोटले होते. संपूर्ण जगावर कोरोनारुपी जैविक आक्रमण करणाऱ्या चीनने आपला हेतू साध्य करून घेतलाय. दहशतवादाला खतपाणी घालणाऱ्या पाकिस्तान तालिबानला फुकट पोसण्यामागे कोणता उद्देश असू शकतो? आता रशियासुद्धा आपल्या विस्तारवादी धोरणाचे पाय बाहेर काढून महासत्तेची वाट चालू लागलाय. रशियाला डीवचणारी आणि युक्रेनवर युद्ध थोपवणारी अमेरिकाच होती हे कधीतरी खरे ठरेलच. पण या युद्धात सर्वस्व गमावणाऱ्यांचं काय? देशादेशांतील कलहावर फक्त चर्चा घडवून आणणारी यु.एन.ओ. (United Nation's

Organization) संघर्ष कधीच मिटवू शकणार नाही का? एकविसाव्या शतकाच्या मध्यबिंदूला स्पर्श करू पाहणारे हे जग, आपल्या पुढच्या पिढीला मानवी संस्कृतीची समृद्ध जडणघडण देण्याऐवजी आपल्या उत्कर्षाची राष्ट्राराष्ट्रांतील कटुता वारसा म्हणून देत आहे. महासागरातील वाढत जाणारी पाण्याची पातळी, घटलेल्या शेतजमिनी, परिणामी अन्नधान्याची कमतरता, इंधनाची कमतरता, वाढते प्रदूषण, ग्लोबल वार्मिंग, धार्मिक कट्टरतावाद या प्रश्नांवर उपाय शोधण्याऐवजी आपसांत युद्ध करून पृथ्वीचं 'टेन्शन' अधिक वाढविल्या जात आहे. युद्धामूळे फक्त सहभागी देशांचेच नुकसान होईल असे मुळीच नाही. या युद्धाचा प्रभाव सर्व जनमाणसांवर, देशांच्या अर्थव्यवस्थेवर आणि राहणीमानावर वर्षानुवर्षे पडत राहील.

महासत्ता बनण्याच्या नादात एका रात्रीत बेचिराख झालेला जपान आजही युद्धाने मिळालेले घाव गोजारत असेल. माणुसकी सोडून कट्टरतेलाच धर्म मानणारे सीरिया, अफगाणिस्तान, इराक, पाकिस्तान या देशातील नागरिकांची स्थिती कशी आहे हे जाणून घेतल्यास युद्धाच्या झळा कशा असतात याचा उलगडा होईल. आधीच दोन महायुद्धामुळे उद्ध्वस्त झालेलं अर्धेअधिक जग पुन्हा एकदा या युक्रेन प्रकरणाने दोन ध्रुवात विभागला जाईल ही चिंता आहे. 'माझा देश' ही भावना अभिमानाचीच, त्यासाठी प्राणही त्यागायची तयारी असणे ही त्या राष्ट्राची खरी ताकद. पण राजकीय आणि आर्थिक फायद्यासाठी थोपवल्या गेलेल्या युद्धात राष्ट्राध्यक्षाचे नाही तर सामान्य सैनिक, नागरिक आणि निर्वासितांचे प्राण जात असतात. वीतभर पोट भरण्यासाठी आणि मूठभर आनंद उपभोगण्यासाठी जगत असलेल्या मनुष्याचे जीवन युद्धाने कायमचे उद्ध्वस्त होत असते. आजची परिस्थिती बघता प्रेम, सहिष्णुता, सलोखा या संकल्पना निव्वळ खोट्या ठराव्यात. आपल्या देशाचा नकाशा, भूभाग बदलू नये. त्यावरील नद्या, पर्वत, जंगले आणि प्राणीपक्षी तशीच शाबूत राहावीत या प्रयत्नांत सैनिक आणि माणसे संपत आहेत. शत्रू राष्ट्राची विमाने पाडली, त्यांचे शेकडो सैनिक मारले, त्यांना धडा शिकवला या गोष्टींना कुठला अर्थ असावा? माणसं तिकडेही तशीच जशी इकडे आहेत.

जगण्याचा अधिकार देताना निसर्गाने कुठलीही अट घातलेली नाही. अंतराळातलं माहिती नाही, पण पृथ्वीवर जन्माला आलेल्या मानव प्राण्याला विचार करायला डोकं मिळालं, प्रेम करायला मन दिलं, वाटून घ्यायला भावना दिल्या, मग हे युद्ध कशाला?

काश्मीर आणि कारगिल घडवणाऱ्या पाकिस्तानातही शोककळा पसरली होती. युद्धामुळे काय प्राप्त होते? प्रश्न सहजच विचारून बघा एकदा स्वतःला. बॉम्बच्या वर्षावात बेचिराख झालेल्या इमारती, जळत असलेली घराची छपरे, बंदुकीच्या गोळ्यांनी भिंतीला पडलेली भोके, रणगाड्यांचे नकोसे असलेले कर्णकर्कश आवाज, अस्ताव्यस्त पडलेल्या सैनिकांचे शव, लुळ्यापांगळ्या-शरीराचा एखादा अवयव गमावलेल्या मनुष्याचा आकांत, सर्वस्व हारलेल्या सीमावर्ती गावातील नागरिकांचे काळवंडलेले चेहरे, विनाशाची साक्ष देत वरपर्यंत उडालेला काळा धूर, निर्जन रस्ते आणि सर्वत्र पसरलेली शोककळा. हवं तर इतिहासाची पाने पुन्हा एकदा चाळून बघावीत. आजतागायत लढल्या गेलेल्या कोणत्याही युद्धाने मानवाचे कल्याण झालेले नाही. धर्मयुद्ध म्हणून महाभारत घडलं पण गांधारीला शेवटी शंभर पोरांच्या कलेवरलाच कवटाळावं लागलं होतं. युद्ध जिंकूनही पांडवांनी काहीच कमावलं नाही. हिंसा आणि द्वेषाच्या भरवशावर जग जिंकायला निघालेल्या सिकंदाराला रिकाम्या हातानेच जावं लागलं. कलिंगचा संहार करणाऱ्या सम्राट अशोकालाही शेवटी पश्चाताप करावा लागला. दशकांपासून विस्कटलेली काश्मीरची घडी अजूनही बसलेली नाही.

स्वतःच्या सामर्थ्याची जाण करून देण्यासाठी सत्ताधीश युद्ध पुकारतात. सैनिक, शरणार्थी आणि नागरिकांची घरे मात्र भयकंपाने खचून जातात. देशाभिमान आणि कर्तव्याच्या ओझ्याखाली कुठेतरी स्वातंत्र्य हरवले जाते. युध्दाशिवाय दुसरा पर्याय नसतोच का? मुळात युद्धाची वेळच का यावी? प्रेम आणि सद्भावना माणसाला नव्याने शिकण्याची गरज निर्माण झाली आहे. विज्ञान-तंत्रज्ञानाची कास धरून संरक्षणासाठी अनेक आयुधे मानवाने निर्माण केली, ती शस्त्रे टाकून माणुसकी, करुणा आणि सलोख्यालाच शस्त्रे बनवावी लागणार आहेत. नुसतीच दृष्टी बदलून चालणार नाही, दृष्टिकोन सुद्धा बदलायला हवा.

अन्यथा जे जग आपण बघतोय ते बघायला पुढची पिढी जन्माला येणार नाही. जाता जाता 'नीरजा' यांच्या शब्दात,

"श्वास घेणं कठीण होतं माणसांना तेव्हा फुंकाव लागतं रणशिंग, काळ्या मातीला तगून राहण्यासाठी नांगराव लागतं स्वतःलाच. पाऊस पडल्यावर कदाचित दूर होतील काजळी चढलेले ढग आणि होईल स्वच्छ हवा, माणसं घेतील श्वास खुल्या आकाशात. असा दिवस उगवू शकतो का युद्धाच्या ढगा आडून?"

युद्ध संपण्याची, मी वाट बघतो!

18

अक्षरे दोन शब्द एक : आई

"बालपण सरलं, जीवनाची ढक्कलगाडी पुढेपुढे रेटताना दिवस, वर्षे संपू लागली. बघितलेल्या स्वप्नातील बऱ्याच गोष्टी मागे पडल्या, काही पूर्ण होत गेल्या. आनंद, उत्साह, उत्सव ओघाओघाने आलेच. त्या प्रत्येक वेळी आई आठवली. घरसंसार सांभाळताना, पैसा प्रतिष्ठा मिळवताना अनेकदा हिरमुसण्याची वेळ आली. कधी कशाची तरी अनामिक भीती वाटली, दुःखाचं सांत्वन करवून घेण्यासाठी सुद्धा पहिल्यांदा आईच आठवली."

जवळपास चौदा वर्षे झालीत, आईपासून दूर राहतोय. पण जेव्हाकेव्हा तिला भेटतो, त्या थोड्या अवधीत पुन्हा एकदा एक जन्म आणखी जगून घेतो. मी आता बराच मोठा झालोय. आईला आता नातवंड आहेत, त्यामुळे ती माझी काळजी कमीच करत असेल कदाचित! पण मी मात्र संधी सोडत नाही. आता माझा शिरस्ताच झालाय तो. आई पलंगावर लोटली असताना, शांततेत बसली असताना हळूच तिच्या कुशीत शिरायचं. कितीही आणि कसलंही टेन्शन असू देत; डोळे मिटायचे, लांब

श्वास घ्यायचा आणि जगाला विसरून जायचं, तेवढ्या त्या क्षणापुरतं. तिच्या कमरेत हात घालून झोपी जायचं. मग तिचा हात हळूच माझ्या डोक्यावर येतो. सगळं डोकं आपोआप हलकं वाटू लागतं. वाटतं, आपल्या एवढं सुखी, नशीबवान कुणीच नसेल. घटकाभर का होईना, जगातलं अप्रतिम आनंद मनभरून उपभोगून घेतो मी.....

आईशिवाय जगाची कल्पना कोण बरे करू शकेल? तिने जन्म दिला म्हणून तर या जगाशी, इथल्या सौंदर्याशी, जीवनरसाशी आपली ओळख झाली. असं म्हणतात, आई बाळाला जन्म देत असताना, ज्या वेदना ती सहन करते त्या माणसाच्या एकाचवेळी वीस हाडं मोडल्यावर होणाऱ्या वेदनांच्या बरोबर असतात. या असहनीय वेदना सहन करण्याची क्षमता ठेवून ती बाळाला जगाशी एकरूप करते. कुठेही न मागता भरभरून मिळालेलं वरदान म्हणजेच आई. जगात कितीही लोकं तुम्हाला ओळखू देत, तुमच्या भावना समजू देत, पण आई त्यांच्यापेक्षा नऊ महिने जास्तच तुम्हाला ओळखत असते. तुमच्या भावनासुद्धा नऊ पटीने जास्तच ओळखणारी ती व्यक्ती असते. आपल्याला काय हवं – नको, ते न सांगताही समजून घेणारी आईच असते.

आई तरुण असो वा म्हातारी, तिचं प्रेम गर्भात असताना जेवढं होतं तितकंच आताही असणार आहे. जग खूप समोर गेले आहे. तंत्रज्ञानाने प्रगती तर इतकी केलीय की कृत्रिमरित्या माणसाचा जन्म होऊ शकेल. तुम्ही कितीही मोठे थोर असाल तरी तिच्याविना तुमच्या जगण्याला अर्थ नसतो. आईने जन्म दिला यापेक्षा मोठे उपकार तुमच्यावर कुणीही करू शकणार नाही. तिचे पांग फेडणे या एका जन्मात कुणालाही शक्य होऊ शकत नाही. “मेरे पास गाडी, बंगला, धन-दौलत, शोहरत सब कुछ हैं, तुम्हारे पास क्या हैं?” हिंदी चित्रपटातल्या या डॉयलॉगने बाजी मारली. माझ्या जवळ आई आहे, एवढं जरी मानलं, तरी बारा हत्तीचं बळ अंगात संचारावं एवढा मानसिक आधार नुसत्या ‘आई’ या शब्दाने मिळून जातो. फक्त दोन अक्षरे, तिसुद्धा बाराखडीतील नुसती ‘स्वरे’. पण त्यांची शक्ती इतकी मोठी की दुःखात, आनंदात, गोष्ट छोटी असो वा आभाळाऐवढी, अनौपचारिक असू देत नाही तर अपरिहार्य. आठवणार मात्र आईच. का? ते त्या विधात्यालाही माहीत नसावं. कारण

त्यालाही जन्माला घालणारी आई असेलच.

मे महिन्याचा दुसरा रविवार. या दिवशी जगात सर्वत्र आई विषयी कृतज्ञता व्यक्त करण्यासाठी 'मदर्स डे' साजरा केला जातो. भारतात अनेक जणांना हे पाश्चिमात्य फॅड वाटेल. भारतीय संस्कृती मध्ये आईला देविदेवतांच्या वरचं स्थान प्राप्त आहे. आईचा आदर सत्कार रोज करीत असतो. त्यामुळे भारतात या पाश्चिमात्य सणाची गरज नाही असे काही धर्म आणि संस्कृती रक्षक म्हणणारच आहेत. तो विषय वेगळाच राहू द्या. आईला महत्त्व द्यायचं की त्या दिवसाला, हा वाद इथे नकोच. आता मदर्स डे आहे तर एखादा मोठा स्टार किंवा नेत्याच्या आईसोबतच्या फोटोला मीडिया डोक्यावर घेईल. मग आमच्या कडील मोबाईलपटू, सेल्फी किंग एका दिवसासाठी का होईना आईला मोबाईलमध्ये जागा देणार आहेत.

"मुंबईत घाई, शिर्डीत साई, फुलात जाई आणि गल्लीत भाई.
पण जगात सगळ्यात भारी फक्त आपली आई."

यासारख्या कुठूनतरी रेटलेल्या ओळींचे स्टेटस ठेवून तिच्याविषयीची 'कृतज्ञता'(?) व्यक्त करतील. या सेलिब्रेशनला विरोध करण्याचा अथवा कमी लेखण्याचा कोणताही हेतू नाही. आईचं तुमच्यावर निस्सीम प्रेम आहे, तुमचं ही तितकंच असेल. पण जन्मभर फक्त प्रेम, करुणा आणि त्यागाचा वर्षाव करणाऱ्या त्या आईला तुमच्या त्या स्टेटसची गरज असणार आहे का? एका दिवसासाठी तिला सुट्टी देऊन तिच्या आवडीनुसार सगळं करण्याला मदर्स डे म्हणायचं का? मरेपर्यंत तर ती झटतच असते, लेकरांसाठी झुरतच असते. तिच्या गरजेच्या वेळी लागणारं सुख, मदत, शुश्रूषा आपण करू शकलो तर जीवनातला प्रत्येक दिवस हा 'मातृदिन' ठरावा.

शेतात राबराब राबणारी किंवा जंगलातून मोळ्या आणून घरची चूल पेटवणारी अशिक्षित, खेडूत 'माय' असो. शहरात घर सांभाळणारी किंवा नोकरीपेशा करूनही सतत मुलांचाच विचार डोक्यात ठेवणारी 'मम्मी' असो. नाहीतर बड्या घरची चांदीच्या चमच्याने भरवणारी 'मॉम' असो. तिच्या प्रेम, वात्सल्याला उपमा देऊन कविसुद्धा थकले असतील.

"आई म्हणजे मंदिराचा कळस,

आई म्हणजे अंगणातील पवित्र तुळस,
आई म्हणजे भजनात गुणगुणावी अशी संतवाणी,
आई म्हणजे वाळवंटात प्यावं असं गार पाणी."

शिवबाला छत्रपती बनविणारी आईच होती. मुलाच्या ओढीने दुर्गम कडा चढून जाणारी हिरकणी आईच होती. अब्रू झाकून ठेवताना वात्सल्याला मुकलेली पण रणांगणावर धारातीर्थी पडलेल्या कर्णाच्या कलेवरावर विलाप करणारी कुंती सुद्धा आईच होती. क्रांती करून जग बदलण्याचं धाडस करण्यास शिकविणारी मॅक्सीम गार्कीच्या 'मदर' मध्येसुद्धा आई आहे. संस्कार कसे असावेत याचे उत्तमोत्तम उदाहरण म्हणजे 'श्यामची आई'. आई कुणाचीही असू देत, कशीही असू दे. अगदी या जीवसृष्टीतल्या प्रत्येक जीवाची आई आपल्या पिलांवर तितकाच जीव ओवाळते. जे कुठल्याही तंत्रज्ञानाने, मोजमापाने तोलू शकणार नाही.

आजच्या जगात अनेक किस्से ऐकायला मिळतात. आईवडिलांना वृद्धाश्रमात धाडले, आपल्या जन्मदात्यांना ओळखण्यास नकार दिला, शिकून मोठा होऊन विदेशात गेलेला मुलगा मायबापाला भेटायला कधी परतलाच नाही, बायको आल्यावर मुलाला आई अडगळ वाटू लागली. पोटच्या पोरांनी आईला वाळीत टाकल्याच्या घटनाही ऐकीवात आहेत. हे जरा अतीच होतं आहे. आई कशी असावी याचा कुठलाही मापदंड नाही, मात्र आई नसावी यापेक्षा मोठं दुःख कोणतंच नाही. कवी यशवंताच्या "स्वामी तिन्ही जगाचा आईविना भिकारी" या ओळीतून जीवनाचा सार समजून येतो. ज्याला आई नाही त्याला विचारावं... जग आईविना किती भयाण असते ते. 'जत्रा पांगली, पालं सुटतात. पोरक्या जमिनीत उमाळे दाटतात.' मनात दाटलेल्या त्या उमाळ्यांना आईशिवाय अर्थ तरी कुठला उरतो?

जगाशी ओळख होण्याआधीपासूच आपण आईवर विसंबून होतो. आईने आपणास जीवन दिले. तिचे ते उपकार तर फेडू शकणार नाही. मात्र ते ओझे हलके करण्यासाठी स्वतःलाच वचन देणे आज 'मदर्स डे' च्या दिवशी गरजेचे ठरते. तिला समजून घेणे, तिच्या दुःखात सुखाचा 'एक क्षण' बनने आपल्या हातात आहे. तो क्षण प्रत्येकदा आपल्याच

वाट्याला यावा. एवढं जरी घडलं, तरी जीवनातला प्रत्येक दिवस हा 'मातृदिन'च असेल आणि जगातले सर्वात भाग्यवंत व्यक्ती आपणच असू. देवाकडे काही मागायचेच असेल तर नेहमी आईचे स्वप्न पूर्ण व्हावे हा वर मागूयात. आपणास कधी स्वतःसाठी काही मागायची गरज भासणार नाही.

आपण वाचायला हवे असे संजय येरणे यांचे साहित्यavailable on amozon, flipcart, notion, shopizen